बेंडबाजा

द. मा. मिरासदार

मेहता पब्लिशिंग हाऊस

- *या पुस्तकातील लेखकाची मते, घटना, वर्णने ही त्या लेखकाची असून त्याच्याशी प्रकाशक सहमत असतीलच असे नाही.*

BENDBAJA by D. M. MIRASDAR

बेंडबाजा : द. मा. मिरासदार / विनोदी कथासंग्रह

द. मा. मिरासदार

प्रकाशक : सुनील अनिल मेहता, मेहता पब्लिशिंग हाऊस,
१९४१, सदाशिव पेठ, माडीवाले कॉलनी, पुणे - ४११०३०.

अक्षरजुळणी : इफेक्ट्स, २१/६ब, आयडिअल कॉलनी, कोथरूड, पुणे - ३८.

मुखपृष्ठ : शि. द. फडणीस

प्रकाशनकाल : १९९४ / २००३ / २००७ /
मेहता पब्लिशिंग हाऊस, पुणे यांची चौथी आवृत्ती : मार्च, २०११ /
सप्टेंबर, २०११ / मार्च, २०१३ / सप्टेंबर, २०१५ /
पुनर्मुद्रण : जानेवारी, २०१९

P Book ISBN 9788184982312
E Book ISBN 9788184988406
E Books available on : play.google.com/store/books
www.amazon.in/b?node=15513892031

नव्या पिढीतील माझे तरुण मित्र

विवेक पराडकर

आणि

सौ. निशा (चि. शंतनूसह)

यांना...

त्यांची स्नेहशीलता आणि रसिकता

फार मोठी आहे!...

अनुक्रमणिका

स्नेहसंमेलनाचे दिवस

उन्हाळा, पावसाळा, हिवाळा असे तीन हंगाम वर्षातून येत असतात. हे निसर्गाचे ऋतुचक्र असते. असेच निरनिराळे हंगाम आपल्या सामाजिक जीवनातही येत असतात. शाळा-कॉलेजाची स्नेहसंमेलने हाही एक हंगामच असतो. थंडीच्या दिवसांत बोरे पिकतात, ज्वारीचा हुरडा तयार होतो, कोवळा हरभरा विक्रीला येतो; त्याप्रमाणे ठिकठिकाणी स्नेहसंमेलनाचा दणका सुरू होतो. शाळांची संमेलने एखाद-दुसऱ्या दिवसात आटोपतात, पण महाविद्यालयात मात्र संमेलनाच्या नावाखाली एक आठवडाभर तरी धुडगूस चालतो. अशा वेळी आधी निरनिराळ्या खेळांच्या, रांगोळ्यांच्या, चित्रकलेच्या, वक्तृत्वाच्या स्पर्धा होतात. त्यांची बक्षिसे देण्याचा समारंभ केव्हाही महत्त्वाचा असतो. ती देण्यासाठी बहुधा बाहेरगावचा एखादा- थोडे नाव असलेला पाहुणा बोलावण्याची पद्धत आहे. त्याचे कंटाळवाणे भाषण, बक्षिसे वाटण्याची धामधूम, टाळ्यांचा कडकडाट आणि बराचसा आरडाओरडा झाला म्हणजे संमेलन

पूर्णपणे यशस्वी होते.

वर्षानुवर्षे या कार्यक्रमांना जाऊन-जाऊन मी आता निर्ढावलो आहे. डिसेंबर महिना आणि एकूणच चालू वर्ष संपण्याच्या बेतात आले की, संमेलनाच्या तयारीला जोरदार प्रारंभ होतो. संमेलनाचे प्रमुख असलेले प्राध्यापक काही विद्यार्थिगणासह पुणे शहरात तातडीने दाखल होतात. पुणे शहर हे महाराष्ट्रातील एक अद्‌भुत शहर आहे. येथे तुम्हाला वाटेल त्या गोष्टी तशा सुलभतेने मिळू शकतात. उन्हाळ्यात शेकडो मुलींचे आईबाप आपल्या उपवर कन्येसह पुण्यात मुक्काम ठोकून असतात, कारण पुणे ही लग्नाची सर्वांत मोठी बाजारपेठ आहे हे त्यांना ज्ञात असते. या बाजारपेठेत आपला माल केव्हातरी खपणारच हे त्यांना अर्थातच ठाऊक असते. तशीच या प्राध्यापक मंडळींना आणि विद्यार्थ्यांनाही खात्री असते. पुण्यात आपल्या स्नेहसंमेलनाला कुणीतरी अध्यक्ष मिळणारच! येथे शेकडो मोठी माणसं राहतात. यातला एक आपल्या गळाला लागला तरी काम भागले! एकजण नाही म्हणाला तरी दुसरा कुणीतरी नक्की मिळेल. आपण काही हात हलवीत परत जाणार नाही– आणि त्यांचा हा विश्वास खराही ठरतो.

सकाळी नऊ-दहाच्या सुमारास एखादे- प्राध्यापकासारखे दिसणारे गृहस्थ आणि एक-दोन तरुण मुले आली की, त्यांचे काम कोणत्या स्वरूपाचे असणार हे ताबडतोब माझ्या ध्यानात येते, मी मग पुण्यातील वास्तव्याला शोभेल अशी गंभीर मुद्रा करून त्यांचे स्वागत करतो.

"बोला."

ते गृहस्थ स्वत:चा आणि इतरांचा परिचय करून देतात. महाविद्यालयाचे नाव आणि गाव सांगतात.

"आमच्या कॉलेजचं गॅदरिंग आहे या महिनाअखेर." ते सुरुवात करतात, "आपणच प्रमुख पाहुणे म्हणून यावं अशी आमची इच्छा आहे."

महिनाअखेर मला खरोखरीच वेळ नसतो. दुसऱ्या कुठल्या तरी व्यापात अडकलेला असतो, म्हणून मी नकारार्थी मान हलवतो.

"नाही जमायचं हो, एकही दिवस मोकळा नाही मी त्या आठवड्यात."

हे ऐकल्यावर काही वेळा ते शाळेचे शिक्षक किंवा प्राध्यापक एकदम दु:खी मुद्रा करतात. त्यांना कसला तरी धक्का बसला आहे असे वाटते.

"अहो, नाही म्हणू नका. यंदा कुणाला बोलवायचं अशी चर्चा सुरू झाली तेव्हा मुलांनी पहिलं नाव तुमचं सुचवलं. तुम्हीच पाहिजेत म्हणाले. आता तुम्ही नाहीच म्हणालात तर मग दुसऱ्या कुणाकडं तरी जाऊ आम्ही, पण..."

नकळत क्षणभर मी हरभऱ्याच्या झाडावर चढतोच, पण दुसऱ्याच क्षणी मी सावध होतो. कॉलेजच्या मुलांची आवड माहीत असते. त्यांच्या दृष्टीने पहिला

क्रमांक अमिताभ बच्चन किंवा राजेश खन्ना; त्यानंतर मिथुन, गोविंदा, अनिल कपूर वगैरे. ही सिनेमावाली मंडळी येत नाहीत हे कळलं म्हणजे मग ते गरीब बिचाऱ्या साहित्यिकांकडे वळतात. त्यापूर्वी त्यांनी सचिन, अशोक सराफ किंवा लक्ष्मीकांत यांच्या प्राप्तीसाठी आग्रह धरलेलाच असतो. त्यानंतर ते लेखकाकडे वळतात, पण बिचारे प्राध्यापक हा गौप्यस्फोट कसा करणार? त्यांचेही बरोबर असते.

मी शांतपणे सांगतो, ''मुलांच्या या निवडीबद्दल मी फार आभारी आहे, पण मला खरंच त्या आठवड्यात वेळ नाही.''

''मग तुम्हाला सोयीची असलेली दुसरी तारीख सांगा, आम्हाला चालेल...''

आता मात्र माझा निरुपाय होतो. आता यातून सुटका नाही हे लक्षात येते.

''ठीक आहे, पण जाण्या-येण्यात माझे दोन दिवस तरी जातील. प्रवासखर्चाशिवाय मी व्याख्यानाचं मानधन घेतो, ते तुम्हाला मान्य आहे का?''

ते प्राध्यापक माझे हे म्हणणे ताबडतोब मान्य करतात. मी माझी मानधनाची अपेक्षा जरा जास्तीच सांगतो; त्यासही मान्यता मिळते. मला नाही म्हटलं तरी सुखद धक्का बसतो. पैशाचीही भुरळ पडते, आता जायला काही हरकत नाही असे वाटू लागते. या महिनाअखेरीच्या आठवड्यात तसा एखाद-दुसरा दिवस आपल्याला मोकळा आहे याची आठवण होते आणि मग स्नेहसंमेलनाची सुपारी घेऊन मी मोकळा होतो. ते आभार मानून उठतात. जाता-जाता मी त्यांना क्षणभर थांबवून मनात मळमळत असलेली एक शंका विचारून टाकतो.

''का हो, गॅदरिंगचा तुमचा कार्यक्रम धडपणे पार पडतो का? पाहुण्यांचं भाषण मुलं ऐकून घेतात? का आरडाओरडा, दंगा...''

''छे: छे! तसलं आमच्याकडे काही नाही. आमच्याकडे अगदी टाईम टू टाईम.''

प्राध्यापक मला आश्वासन देतात. ''पोरं शांत बसतात अगदी. अन् तुमचं भाषण म्हटल्यावर काय? सगळे ऐकणारच.''

पुन्हा एकदा मला खूश करून ती मंडळी जातात आणि स्नेहसंमेलनाचे हे सर्व निश्चित ठरते.

प्रत्यक्ष कार्यक्रम सकाळी दहा वाजता असतो, म्हणून मी आदल्या दिवशी रात्रीच त्या गावी जाऊन पोहोचतो. माझी व्यवस्था नीट होते. दुसऱ्या दिवशी दहाला मी समारंभाचे कपडे घालून अगदी तयार होऊन बसतो. दहा म्हणजे साडेदहा हे आपल्याकडचे वेळापत्रक मलाही आता पाठ झालेले असते, पण आपण तयार असावे हे बरे! पाहुण्यांमुळे कार्यक्रमाला उशीर झाला असे कुणी म्हणायला नको, पण साडेदहाच काय अकरा वाजून जातात तरी माझ्या निवासस्थानी कोणाचा पत्ता नसतो. साडेअकरा वाजल्यावर मात्र माझा धीर संपतो. हा कार्यक्रम रद्द झाला की काय, अशी गंभीर शंका मला छळू लागते. (आणि तसे झाले तर आपल्या

मानधनाचे काय?) साडेअकरा वाजता प्रभारी प्राध्यापक आणि एक-दोन प्रमुख विद्यार्थी उत्तम पोशाखात माझ्या निवासस्थानी येतात. त्यांच्या मुद्रा एकदम हसतमुख दिसतात. एवढा उशीर झालेला आहे ही गोष्ट त्यांच्या लक्षात आलेली आहे असे मला वाटत नाही. मीच व्याकूळ होऊन विचारतो, "का हो? एवढा उशीर का?"

प्रभारी प्राध्यापक शांतपणे बोलतात, "अहो, आमच्या संस्थेचे सेक्रेटरीच आले नव्हते अजून. ते आल्याशिवाय कसा सुरू करायचा कार्यक्रम?"

"मग, आले का ते?"

"आले ना! म्हणून तर तुम्हाला बोलवायला आलो लगेच. चला आता उशीर नको."

त्यांच्याबरोबर मी सभास्थानी पोहोचतो. माझे उत्तम स्वागत होते. प्रमुख प्राध्यापकांचा सावकाश परिचय होतो. अस्वस्थपणे मी प्राध्यापकांना म्हणतो, "आता चहापाणी वगैरे काही नको, सगळं सकाळी झालंय माझं. उशीर झालाय. एकदम व्यासपीठावरच जाऊया."

"अजून अवकाश आहे हो! बाकीच्यांचं चहापाणी होईल, तुमच्यासाठी आम्ही थांबलोय मुद्दाम. मग जाऊ तिकडं."

प्राचार्यांच्या खोलीत अजून थोडा वेळ गप्पाटप्पा होतात. चहा येतो. बारा वाजायला आले आहेत याची मला जाणीव होते. मी धीर करून एका अनुभवी प्राध्यापकांना विचारतो, "माझं विनोदावरचं भाषण मुलांना ऐकायचं आहे असं मला सांगितलं होतं. आता मी बोलणार केव्हा?"

ते प्राध्यापक स्थितप्रज्ञ मुद्रेने सांगतात, "अहो, अजून पुष्कळ गोष्टी व्हायच्यात. हारतुरे आहेत, अहवाल वाचन आहे, सेक्रेटरींचं थोडा वेळ भाषण होईल, मग तुमचं भाषण. निदान दीड तरी वाजेल, तुम्ही भाषणाला उभे राहाल तेव्हा."

माझ्या पोटात गोळा उठतो. आदल्या रात्री प्राचार्यांनी चांगलं जेवण आग्रह करून घातलेलं. त्यामुळे सकाळी मी न्याहारी वगैरे काही केलेली नसते. दीड वाजता उपाशीपोटी मी विनोदावर भाषण करायचं या कल्पनेनं माझा थरकाप उडतो. सुदैव एवढेच की, बक्षीस समारंभ आज नाही. आज पहिलाच दिवस.

ते प्राध्यापक म्हणतात तसेच सगळे घडते. प्राचार्यांपासून शिपायापर्यंत सगळे मला हार घालतात. निदान पंधरा-वीस तरी हार गळ्यात पडतात. इतरांनाही हार मिळतात. स्वागतपर गीत तर झालेलेच असते. मग अहवाल वाचन आणि अनेक भाषणे होतात. मला भुकेने पेंग येऊ लागते, पण समोर बसलेल्या विद्यार्थ्यांची संख्या कमी न होता उलट वाढलेली दिसते. मी चकित होऊन त्यांच्याकडे पाहातच राहतो. नाहीतरी दुसरं काय करणार?

अक्षरशः दुपारी दीड वाजून गेल्यावर मी भाषणाला उभा राहतो. पोटात कावळे

ओरडत असतात; पण मुलांचं घटकाभर मनोरंजन करण्याची जबाबदारी माझ्यावर आलेली असते. समोर मुले अगदी शांतपणे बसलेली असतात. इतका उशीर झाला आहे हे त्यांच्या गावीही नसते. हारावरूनच काहीतरी विनोद करून मी भाषणाला प्रारंभ करतो. त्यांना सांगतो, ''तुमच्या या भागात यायला मी फार घाबरतो, कारण इथं फार हार गळ्यात पडतात. इतके हार मिळायला मी काही पुढारी नाही. मला हा अनुभव नाही. त्यामुळे मला फार संकोच वाटतो. अहो, मी एक सर्वसामान्य माणूस आहे. आपल्याला असे किती हार मिळतात? हक्काचे असे दोनच! एक लग्नात आणि दुसरा शेवटी...''

मुले हसतात. टाळ्या वाजवतात. मला जरा अवसान चढते. मग माझे वक्तृत्व नेहमीच्या थाटात सुरू होते. मुले फारच सहनशील वाटतात. ती शेवटपर्यंत थांबतात, इतकेच नव्हे तर मधूनमधून हसतात, टाळ्याही वाजवतात.

पावणेतीन वाजता माझे भाषण संपते, टाळ्यांचा गजर होतो.

माझी परतीची गाडी लगेच एक तासाच्या आत असते. प्राचार्यांना मी सांगतो, ''मला आत्ता भूक लागली आहे, काहीतरी थोडं खाऊन मग निघूया.''

प्राचार्य या गडबडीत माझी जेवणाची व्यवस्था जातीने करतात. स्टेशनवर स्वत:च्या गाडीने पोहोचवतात. दहा-पंधरा मुले निरोप द्यायला स्टेशनवर उत्साहाने जमलेली दिसतात. त्यांचा निरोप घेऊन मी गाडीत बसतो आणि हा मोठा सुस्कारा सोडतो आणि यापुढचे संमेलन कोणत्या गावाला आहे याची मनातल्या मनात आठवण करीत राहतो.

□

पुण्याचे लोक

प्रत्येक गावाचा तोंडवळा वेगळा असतो. माणसाला जसे स्वत:चे एक व्यक्तिमत्त्व असते, तसे प्रत्येक गावालाही स्वत:चे असे निराळे व्यक्तिमत्त्व असते. कोल्हापूर हे एकेकाळी संस्थानच होते, त्यामुळे संस्थानी आदब आणि दरबारी वातावरण तेथे होते. कुस्ती आणि पैलवान हा कोल्हापूरचा खास अभिमानाचा विषय. बाकीच्या गावी एखाद्या मुलाला 'तू कोणत्या शाळेत जातोस!' असा प्रश्न विचारला जातो, पण कोल्हापूरला 'तू कोणत्या तालमीत जातोस?' असं वडील मंडळी विचारीत. आमच्या पंढरपूरचे वैशिष्ट्य वेगळे. परंपरागत वारीवर जगणारे हे गाव. वारीच्या दिवसांतच काही हालचाल. एरवी सगळे निवांत काम. दोन माणसांची रस्त्यात गाठ पडली तर पहिला प्रश्न विचारी, 'कसं काय देवा?' यावर उत्तर एकाच शब्दात यायचे 'निवांत' अन् 'तुम्ही?' या प्रतिप्रश्नाला उत्तर तेच 'निवांत.'

आता सगळ्याच गावाचे चित्र बदलले आहे. गावाला स्वत:चा चेहरामोहरा राहिलेला नाही. सगळीच बिनचेहऱ्याची गावे झाली

आहेत. पुणे तरी पहिले राहिले आहे का? एके काळी पुणे म्हणजे विद्वानांचे माहेरघर, विद्यार्थी व पेन्शनर यांचे गाव, सायकली आणि टांगे यांचे गाव असा पुण्याचा लौकिक होता. यातील बऱ्याच गोष्टी आता नाहीशा झाल्या आहेत. टांगे तर गेलेतच, सायकली अधूनमधून दिसतात. एकेकाळचे शांत आणि निसर्गसुंदर, थंड हवेचे पुणे आता इतिहासजमा झाले. 'सा रम्या नगरी' अशा फक्त आठवणी आता काढायच्या. आता मुंबईप्रमाणे इथली माणसे सकाळी सातलाच बाहेर पडतात आणि अंधाराला परत येतात.

निरनिराळ्या देवांची निरनिराळी देवळे या एकेकाळच्या पुण्याच्या खुणा होत्या. 'उंबऱ्या गणपतीजवळ, मुंजाबाच्या बोळात, खुन्या मुरलीधराच्या समोर, पासोड्या विठोबाच्या पाठीमागे, नवा विष्णू चौक, दाढीवाल्या दत्ताच्या देवळात' अशा त्या खुणा होत्या. माहीतगार पुणेकराला त्या बरोबर समजत, पण आता काही खुणा नाहीशा होत आल्या आहेत. नवीन पिढीला त्या समजत नाहीत. मराठी वाङ्मयात अजरामर झालेली सदाशिव पेठ आता एकसंध, एकजिनसी राहिलेली नाही. आता सर्व जातिधर्मांची मंडळी या पेठेत वस्ती करून आहेत. सदाशिव, शनिवार, नारायण या अस्सल ब्राह्मणी वसाहतीत जागोजागी आता 'रेस्टॉरंट आणि परमिट रूम' या पाट्या दिसतात. एकमजली-दुमजली कौलारू घरे आणि वाडे धडाधड पाडले जात आहेत आणि तेथे पाच-पाच, सहा-सहा मजली प्रचंड इमारती उभ्या राहत आहेत. इतक्या उंच इमारती पुण्यात पाहण्याची पूर्वी कधी सवय नव्हती, पण इथल्या बिल्डर मंडळींचे सध्या एकच घोषवाक्य आहे, 'जेथे वाडा तेथे पाडा...!' मग काय करणार?

सगळीकडेच गावे बदलली आहेत तसे पुणेही बदलले आहे, पण काही काही गोष्टी मात्र अजून कायम आहेत. 'पुण्याचे लोक' हा बाहेरच्या मंडळींच्या दृष्टीने कुतूहलाचा आणि चेष्टेचा विषय पूर्वीही होता आणि अजूनही आहे. काही वेळा रागाचा विषयसुद्धा! पुण्याचे लोक स्वत:ला फार शहाणे समजतात. बाहेर फार शिष्टासारखे वागतात. आपल्यासारखे महाराष्ट्रात दुसरे कोणी बुद्धिमान लोक नाहीत अशी यांची समजूत आहे, असा आक्षेप मला ऐकायला मिळतो आणि याहीपेक्षा म्हणजे पुण्याचे लोक फार कंजूष आहेत हा! बाहेरगावी इतरांचे आदरातिथ्य ते स्वीकारतात, पण स्वत: मात्र बाहेरगावच्या पाहुण्याचे स्वागत करण्याचे टाळतात. शक्यतो कुणाचाही उपसर्ग आपल्याला होता कामा नये, अशी त्यांची वृत्ती आहे. महाराष्ट्रात व्याख्यान, कथाकथन अशा कार्यक्रमांच्या निमित्ताने मी सतत हिंडत असतो. तेथील लोकांशी, मंडळींशी गप्पा मारीत असताना पुण्याचा विषय निघतोच आणि मग ती मंडळी पुणेकराबद्दलची सगळी मळमळ मोकळेपणाने ओकून मोकळे होतात. (अशा वेळी मी, उगीच धोका नको म्हणून 'मी मूळचा पुण्याचा नाही,

पंढरपूरचा आहे' असे आधीच सांगून टाकलेले असते, त्यामुळे ती मंडळी निर्धास्त बोलतात.)

एकदा एक गृहस्थ रागारागाने म्हणाले, "हे पुण्याचे लोक आमचा पाहुणचार व्यवस्थित घेतात. 'पुण्यात आलात म्हणजे या आमच्या घरी' असे तोंडदेखले निमंत्रण देतात, पण यांच्या घरी खरोखरीच आपण गेलो ना, तर चहा तर राहिलाच बाजूला, पण साधी ओळखसुद्धा देत नाहीत, काय सांगावं?"

मुंबईचे दुसरे गृहस्थ म्हणाले, "पुण्याचे लोक बोलण्यात फार हुशार! आपण गेलो तर म्हणतात, 'डेक्कन क्वीननं आलात का? मग बोलायचं कामच नाही! हल्ली डेक्कन क्वीनमध्ये सगळं काही मिळतंच. चहा, खाणं-पिणं, सगळं झालंच असेल तुमचं! आता जेवणार का म्हणून आम्ही विचारावं तरी कसं?' "

पुण्यापासून जितके-जितके दूर जावे तशा पुण्याच्या अनेक सुरस आणि मनोरंजक कथा ऐकायला मिळतात. विदर्भात मी एके ठिकाणी व्याख्यानाला गेलो होतो. रात्री मंडळींचा गप्पाष्टकांचा अड्डा जमला. मग काय? 'पुण्याचे लोक' हा विषय अपरिहार्यच होता. एक गृहस्थ मला म्हणाले, "डॉ. मुंजे यांचं नाव आपण ऐकलंत का?"

"म्हणजे काय?" मी म्हणालो, "डॉ. बा. शि. मुंजे हे हिंदूमहासभेचे प्रख्यात नेते. लोकमान्यांचे अनुयायी. डॉ. हेडगेवार तर त्यांना फारच मानीत. नाशिकच्या भोसला मिलिटरी स्कूलची स्थापना त्यांनीच केली ना? त्यांचं काय?"

"अन् कविवर्य राजा बढे?"

"वा! बढेही मोठे कवी. माझी त्यांची तर चांगलीच ओळख होती."

"मग त्यांचीच गोष्ट सांगतो," ते गृहस्थ मिस्किलपणे सांगू लागले, "आम्ही आपली ऐकलेली हकिकत हं ही! बढे त्यावेळी अगदी तरुण होते. एकदा त्यांना कलकत्त्याला जायचं होतं. तिथे ओळख तर कुणाची नाही. त्यांनी डॉ. मुंज्यांना विचारलं. डॉक्टरसाहेब म्हणाले, 'अरे, कलकत्त्यात आपली लागेल तेवढी ओळख. आपले डॉ. शामाप्रसाद मुखर्जी आहेत, आशुतोष लाहिरी आहेत, एन. सी. चॅटर्जी आहेत. मी चिठ्ठी देतो– तुझी सगळी सोय होईल.' राजाभाऊ चिठ्ठी घेऊन गेले आणि आनंदाने परत आले. आपली सगळी उत्तम व्यवस्था झाली असे त्यांनी डॉक्टर मुंज्यांना सांगितले. पुढे त्यांना एकदा दिल्लीला जायचे होते. डॉक्टरसाहेबांनी पुन्हा चिठ्ठी दिली. ते म्हणाले, 'अरे, तिथं तर आपलं हिंदूसभा-भवनच आहे. आपले भाई परमानंद आहेत. तुझी सगळी व्यवस्था होईल. तू बेलाशक जा.' राजाभाऊ दिल्लीला जाऊन पुन्हा आनंदाने परत आले. आपली सगळी छान सोय झाली, हे त्यांनी मुंज्यांना मुद्दाम भेटून सांगितलं."

"बरं मग, पुढं काय?" मी विचारलं.

"तेच सांगतो ना–" आपली मिस्कील मुद्रा कायम ठेवून ते गृहस्थ म्हणाले,

''पुढं केव्हातरी एकदा राजाभाऊंना पुण्याला जायचं होतं. तोपर्यंत ते पुण्याला कधी गेले नव्हते. त्यांनी डॉक्टरसाहेबांकडे पुन्हा धाव घेतली. डॉक्टर त्यावेळी नागपुरात नव्हते, नाशिकला होते. राजाभाऊ नाशिकला जाऊन पोहोचले. डॉक्टरांची भेट घेतली, 'का रे इथे का आलास?' असा प्रश्न विचारल्यावर बढे म्हणाले, 'डॉक्टरसाहेब, मला पुण्याला जायचंय. माझी काही कुणाशी ओळख नाही. आपण चिठ्ठी दिली तर फार बरं होईल.'

'पुण्याला?' असं म्हणून डॉ. मुंजे जरा विचारात पडले. काही क्षण थांबून म्हणाले, 'असं कर राजा, आता इथं जेवण कर अन् पुण्याला जा. लगेच तुझं काम कर अन् मुक्कामाला पुन्हा इथं ये.' ''

सर्व मंडळी हसली तेव्हा मलाही हसावे लागले. कदाचित हा वात्रटपणा असेल, पण 'पुण्याचे लोक' म्हटल्यावर बाहेर काय समजुती आहेत, याचा चांगलाच अदमास आला.

दुसऱ्या एका ठिकाणी एक गृहस्थ सांगू लागले, ''काय तुमचे पुण्याचे लोक कंजूष! माझा एक मित्र पहिल्यांदा पुण्याला गेला. ओळखीच्या एका गृहस्थाला सहज भेटायला म्हणून गेला. अहो चहा तर बाजूलाच नुसत्या कोरड्या गप्पा, पण गंमत अशी, ते उन्हाळ्याचे दिवस होते. आंब्याचा सीझन. हे मित्र सहज म्हणाले, 'अहो, तुमच्या हापूस आंब्यांची कीर्ती आम्ही फार ऐकली. मी तर अजून हापूस आंबा कधी बघितलासुद्धा नाही.'

त्यावर त्या पुणेकर गृहस्थांनी आश्चर्यचकित मुद्रा केली. 'काय म्हणता? हापूस आंबा कधी पाहिलासुद्धा नाही? कमाल झाली!' मग त्यांनी मुलीला हाक मारली, 'अगं विमल, एक हापूस आंबा बशीतनं आण बाहेर.' मुलीनं बशीत घालून एक आख्खा आंबा बाहेर आणून ठेवला. त्या गृहस्थांनी तो उचलून आमच्या मित्रवर्यांना दाखवला. 'हा हापूस आंबा, बघा ना याचा आकार, रंग अन् वास तर बघा.' मित्राने तो आंबा हातात घेऊन न्याहाळला, आकार पाहिला, रंग पाहिला. मग नाकाला लावून वास घेऊनही बघितला. ते झाल्यावर पुणेकर गृहस्थांनी पुन्हा मुलीला हाक मारली, 'विमल, आंबा घेऊन जा आत.' मुलगी आतून बाहेर आली अन् आंब्याची बशी उचलून आत घेऊन गेली... आता बोला!...''

आता काय बोलणार कपाळ!

आणखी एक गृहस्थ मला म्हणाले, ''हे पुण्याचे लोक भारी चिकित्सक. नाही त्या चौकशा त्यांना लागतात. महाचावट! अहो, सांगलीच्या एका गृहस्थाची मुलगी. पुण्याचा मुलगा. ओळखीच्या एका मध्यस्थाने स्थळ सुचवले. पुणेकर वरपित्याला सांगितलं, 'माणसं चांगली. मुलगी चांगली, एकदम पसंत पडेल अशी. मुलगी अगदी आईसारखी दिसायला. फक्त वयाचा फरक.' झालं, सांगलीला

जाऊन मुलगी पाहण्याचा समारंभ झाला. पुणेकर वरपित्याने मुलगी पाहिली, पसंतही केली. पुढच्याही चार गोष्टी बोलून झाल्या. तेवढ्यात हे महाशय म्हणाले, 'अहो, मुलीच्या आईला बोलावता का जरा बाहेर?'

बाहेर पुरुषांच्या बैठकीत बायकांना बोलवण्याची पद्धत त्यावेळी तरी नव्हती. मुलीच्या बापाला जरा चमत्कारिक वाटले, पण असेल काही बोलायचे म्हणून त्याने आपल्या बायकोस बाहेर बोलावले. ती बिचारी संकोचली, पण आली बाहेर. उभी राहिली. वरपित्याने मिनिटभर तिच्याकडे निरखून पाहिले. मग तिला पुन्हा आत जाण्यास सांगितले. मुलीच्या वडिलांना आणखीन चमत्कारिक वाटले. शेवटी ते म्हणाले, 'अहो, तुम्ही काही बोलला नाहीत, काही विचारलंही नाहीत, मग आमच्या बायकोला बोलावलं कशाला बाहेर?'

यावर ते पुणेकर वरपिते शांतपणे म्हणाले, 'नाही! हे मध्यस्थ मला म्हणाले, 'मुलगी अगदी हुबेहूब आईसारखी आहे. फक्त वयाचा फरक.' तेव्हा आमची सून पुढं मोठी झाल्यावर कशी दिसेल एवढंच बघायचं होतं मला म्हणून आईला बोलावलं.'

मुलीचा बाप असा संतापला म्हणता! शेवटी तो चिडून म्हणाला, 'मुलीची आजी– आमच्या सोवळ्या सासूबाई पण आहेत घरात! त्यांनापण बोलावू का बाहेर? म्हणजे तुमची सून बोडकी झाल्यावर कशी दिसेल, याचीपण कल्पना येईल तुम्हाला.' अहो, लग्न मोडलं या असल्या चावटपणामुळे.''

खरं म्हणजे पुण्यात यातलं आता काही राहिलेलं नाही. सगळा काळ बदलला आहे, अन् सांगितल्या जाणाऱ्या सर्वच कथा खऱ्या असतात थोड्याच? पण कानफाट्या म्हणून एकदा नाव पडलं म्हणजे पडलं, त्याला काय करायचं? ◻

वक्त्याचा परिचय

सार्वजनिक जीवनात 'भाषण' किंवा 'व्याख्यान' नावाचा प्रकार अपरिहार्य असतो. किंबहुना सार्वजनिक कार्यक्रम याचा दुसरा अर्थ 'भाषण' हाच आहे. या कार्यक्रमासाठी दोन प्राणी आवश्यक असतात. एक त्या कार्यक्रमाचे अध्यक्ष आणि दुसरे भाषण देणारे वक्तेमहोदय किंवा प्रमुख पाहुणे. या दोन प्राण्यांच्या समोर श्रोते नावाचा एक कळप आवश्यक असतो. हा कळप किती लहानमोठा असेल हे निश्चित सांगता येत नाही. कार्यक्रम कोणत्या प्रकारचा आहे आणि वक्ता कोण आहे यावर ते पुष्कळदा अवलंबून असते. श्रोते नावाची ही मंडळी फार धूर्त आणि चाणाक्ष असतात. नुसता 'व्याख्यान' हा शब्द ऐकला तरी ती बिचकतात. शहाणी माणसे व्याख्यान ऐकायला येतच नाहीत, पण ही मंडळी संख्येनं थोडी असली तरी कार्यक्रमाचे काही बिघडत नाही. समोरच्या सतरंजीवर किंवा भुईवर दहा-बारा माणसे बसलेली असली तरी चालते. कार्यक्रम यशस्वीपणे पार पडतो. अध्यक्ष आणि वक्ता यांचे तसे

नाही. ते दोघे असावेच लागतात. अध्यक्षांना पुष्कळदा काही काम नसते. 'बोलके सुधारक' आणि 'कर्ते सुधारक' असे सुधारकांचे पूर्वी दोन प्रकार महाराष्ट्रात होते असे म्हणतात. अध्यक्षांचेही दोन प्रकार असतात. एक 'बोलके अध्यक्ष' आणि दुसरे 'मुके अध्यक्ष.' मुके अध्यक्ष लोकांना फार आवडतात. गावातील कोणी दानशूर, सज्जन; पण भाषण वगैरे करण्याच्या भानगडीत न पडणारे- अशी ही मंडळी असतात. मुख्य वक्त्याच्या शेजारी बसण्याचा मान मिळाला आणि शेवटी गळ्यात एक हार किंवा हातात एक गुच्छ पडला की, बिचारे खूश होतात. ते भाषण करत नाहीत म्हणून श्रोतेही खूश होतात, पण 'बोलके अध्यक्ष' हा प्राणी फारच उपद्व्यापी! तो प्रारंभी प्रास्ताविक तर करतोच, पण मुख्य वक्त्याच्या भाषणानंतर समारोप करण्यासाठी म्हणून कंबर कसून उठतो आणि कमीतकमी अर्धा तास तरी श्रोत्यांचा अंत पाहतो. मुख्य वक्त्याचे मुद्दे खोडून काढण्याचाही तो आपल्या तेजस्वी भाषणात प्रयत्न करतो. म्हणून, वक्ता म्हणून जाताना कार्यक्रमाला अध्यक्षच जर नसेल तर मला फार बरं वाटतं. कराडजवळच्या कार्वे या लहानशा गावी अशाच व्याख्यानासाठी मी एक-दोनदा तरी गेलो. तेथील व्याख्यानमालेचे संयोजक फारच चतुर वाटले. त्यांनी ज्ञानेश्वर महाराजांचा एक सुंदर पुतळा व्याख्यानाच्या ठिकाणी सुशोभित करून ठेवला होता. ते म्हणाले, 'ज्ञानेश्वर महाराज हेच आमच्या प्रत्येक व्याख्यानाचे अध्यक्ष. आम्ही दुसरा निराळा अध्यक्ष ठेवीतच नाही!...' आपल्याकडील अनेक लहानमोठ्या व्याख्यानमालांनी हा धडा गिरवण्यासारखा आहे.

पण व्यासपीठावरील आणखी एक भयंकर प्राणी म्हणजे वक्त्याचा परिचय करून देणारे गृहस्थ. मी तरी अध्यक्षापेक्षा या गृहस्थांना अधिक घाबरतो. हे गृहस्थ वक्त्याचा परिचय करून द्यायला उभे राहतात खरे, पण बऱ्याच वेळा ते स्वत:चाच परिचय करून देतात, कारण त्यांना स्वत:ला या आलेल्या पाहुण्यांचा सर्वांत कमी परिचय असतो. पुष्कळदा श्रोत्यांना वक्त्यांचा परिचय असतो. त्यांची काही अडचण नसते, पण तरी अट्टहासाने ते हा परिचय करून देतातच. अजिबात ऐकत नाहीत. यातली काही मंडळी आपलाच परिचय आपल्याला लिहून मागतात. त्याला 'बायो-डेटा' असा प्रतिष्ठित शब्द वापरून ते आपल्याला कामाला लावतात. (आणि ती माहितीही अनेक सफाईदार चुका करीत करीत श्रोत्यांना ऐकवतात.)

भाषणाच्या आधी बऱ्याच वेळा चहापानाचा कार्यक्रम असतोच. मोकळेपणाने काही गप्पागोष्टी चालू असतात. अशा वेळी एखादा इसम आपल्याजवळ सरकून थोडी सलगी करू लागला आणि आपली माहिती विचारू लागला की, मला संशय येतोच. बहुधा हेच विद्वान आपला परिचय करून द्यायला उभे राहणार हे माझ्या लक्षात येते. मी लगेच सावध होतो. ते गृहस्थ सुरुवात करतात.

"आपला जन्म नक्की केव्हा झाला?"

"मी त्यावेळी अगदीच लहान होतो, त्यामुळे मला स्वत:ला नक्की आठवत नाही." मी उत्तर देतो.

"आपलं शिक्षण?"

"भरपूर झालं, पण काही उपयोग नाही."

"आपली पुस्तकं–"

"पुष्कळ आहेत."

"नाही पण, त्यातली अगदी प्रसिद्ध पुस्तकं कोणती?"

"कुठलंही फारसं प्रसिद्ध नाही हो!"

"असं?"

"तसं असतं तर तुम्हालाच ते आठवलं नसतं का?"

"बरं, आपल्या विनोदाचं वैशिष्ट्य काय?"

"तसं खास वैशिष्ट्य काहीच नाही, पण लोकांना समजतो एवढं सांगता येईल."

एवढे रोमहर्षक बोलणे झाल्यावर तो आपले काम आटोपते घेतो आणि हसरी मुद्रा करून "तुम्ही फारच विनोदी बुवा" असा अभिप्राय व्यक्त करून माझा निरोप घेतो. मी सुटकेचा निश्वास सोडतो.

पण कुठलीही माहिती न घेता एकदम स्वत:च्या हिमतीवर परिचय करून देणारे बहाद्दर परिचय-वक्तेही मी पाहिले आहेत. एका सद्गृहस्थाला तर माझी काडीचीही माहिती नव्हती, पण ते डगमगले नाहीत. राजकारणातले होते त्यामुळे अडचण अशी काही नव्हतीच. ते आपल्या भाषणात म्हणाले, "आज आपल्याकडे जे थोर पाहुणे आले आहेत त्यांचं नाव कुणास ठाऊक नाही? सगळा महाराष्ट्र त्यांना ओळखतो. तेव्हा मी त्यांचं नाव तुम्हाला पुन्हा सांगण्याची काय आवश्यकता आहे? तुम्ही त्यांचं भाषण ऐकलंत की, त्यांची थोरवी तुम्हाला कळून चुकेलच. तेव्हा आपलं भाषण सुरू करावं अशी मी त्यांना विनंती करतो."

दुसऱ्या एका वक्त्यांनी परिचय करून देण्याच्या निमित्तानं प्रश्नोत्तराचाच एक मनोरंजक कार्यक्रम केला. "आपल्या आजच्या प्रमुख पाहुण्यांचं संपूर्ण नाव–" अशी सुरुवात करून त्यांनी माझ्याकडे वळून प्रश्न केला, 'काय?' आता अशा जागी मी बसलो होतो की, मला संपूर्ण नाव सांगावेच लागले. "हं, हे यांचं नाव आहे–" असे म्हणून "आपलं एकूण शिक्षण?" "हं, हे यांचं शिक्षण." "आपल्या एकूण पुस्तकांची संख्या–" 'किती?' असा प्रश्नोत्तराचा तासच घेतला. परिचय करून देण्याची एक अभिनव पद्धतच मी अनुभवली. माहितीत कसलीही चूक होण्याचा संभव नाही, हा या पद्धतीतील सर्वांत मोठा फायदा.

औरंगाबादला असताना मी यातला एक नवीनच किस्सा अनुभवला. व्याख्यान

माझे नव्हते. दुसऱ्याच कोणाचे तरी होते. मी श्रोता म्हणून ऐकायला गेलो होतो. कार्यक्रमाचे जे कोणी अध्यक्ष होते तेच पाहुण्यांचा परिचय करून द्यायला उभे राहिले आणि ऐन वेळी त्यांचं नावच विसरले. आता विचारायचं कुणाला? शेजारीच संस्थेचे चिटणीस बसले होते. त्यांना हळूच त्यांनी विचारले, "अरे नाम क्या है साले का?" समोर ध्वनिक्षेपक आहे याचेही भान त्यांना राहिले नव्हते. मग काय? सर्वांना हा प्रश्न ऐकू गेला. लोकांनाही गेला आणि त्या साल्यालाही ऐकू गेला. प्रचंड हशा झाला आणि सभेला प्रारंभापासूनच रंग चढला.

आपण काय बोलतो, बोललेल्या शब्दाचा नेमका अर्थ काय होतो, ही स्तुती होते का टिंगल होते हेही या थोर मंडळींना कळत नाही. एकदा एक गृहस्थ माझा परिचय करून देताना म्हणाले, "आपलं आज मोठं परमभाग्य आहे! यांच्यासारख्या महापुरुषाचे पाय आपल्या गावाला लागले आणि यांचं भाषण ऐकण्याचा योग आला, वा!... यांच्यासंबंधी मी आपल्याला काय सांगावं? अहो, जेवढं यांच्याबद्दल बोलावं, तेवढं थोडंच आहे. ज्याप्रमाणे कोळसा उगाळावा तेवढा काळा, त्याप्रमाणे जेवढं यांच्याबद्दल बोलावं, तेवढं थोडं!..."

हे ऐकून माझाच चेहरा कोळशासारखा काळाठिक्कर झाला.

एका गृहस्थांनी याहीपेक्षा कमाल केली. आदल्या दिवशी माझ्या घरी येऊन हात जोडून म्हणाले, "माफ करा हं, आम्ही फार अडचणीत आहोत. आता तुम्हीच आम्हाला सोडवा."

मी चौकशी केली तेव्हा कळले की, गृहस्थ कुठल्या तरी शाळेत शिक्षक आहेत आणि स्नेहसंमेलनाच्या निमित्ताने आपल्याकडे आले आहेत. काय अडचण आहे म्हणून मी विचारले.

तेव्हा त्यांनी एका मोठ्या गृहस्थांचं नाव सांगितलं.

"उद्याच गॅदरिंग आहे हो आमचं! आता त्यांना आम्ही अध्यक्ष म्हणून आमंत्रण दिलं. येतो म्हणाले बरोबर अन् आज तार आली, येऊ शकत नाही म्हणून–"

"बरं मग?"

"मग काय? आता आम्ही ऐनवेळेस काय करायचं? म्हणूनच तुम्हाला विनंती करायला आलोय. तुम्हीच उद्या मुख्य पाहुणे म्हणून या. काय चार बक्षिसं मुलांना द्यायची आहेत ती द्या. एक दहा मिनिटं भाषण करा म्हणजे झालं! आमची ही वेळ निभावून न्या."

मलाही वेळ होता. मी ती विनंती मान्य केली आणि दुसऱ्या दिवशी त्या शाळेत गेलो. आगत-स्वागत झालं. समारंभ सुरू झाला अन् तेच गृहस्थ माझा परिचय करून द्यायला उभे राहिले अन् काय म्हणाले माहीत आहे? माझ्याकडे आदरपूर्वक पाहत ते बोलले,

"आजच्या आपल्या समारंभाचे प्रमुख पाहुणे– जे आज इथे आले आहेत– त्यांना खरं म्हणजे आम्ही बोलावलेलं नव्हतं. आम्ही त्या अमक्या-तमक्यांना बोलावलं होतं, पण ते ऐनवेळी नाही म्हणाले म्हणून यांना सहज विचारलं, 'येता का? ताबडतोब हो म्हणाले–' "

यावर सभेत जो हशा झाला आणि टाळ्या वाजल्या त्या फक्त मी ऐकल्या. डोळ्यांनी पाहिल्या नाहीत, कारण मी बराच वेळ मान खालीच घातली होती.

◻

'समाचार': एक सामाजिक कर्तव्य

जगात रोज काहीतरी बरे-वाईट घडत असते. कधी मंगलकार्ये घडतात. लग्न, मुंज-वास्तुशांत असली कौटुंबिक जीवनातली सुखे वाट्याला येतात. कधी दुसऱ्याच्या आनंददायक कार्यात भाग घेण्यासाठी आपण जातो आणि मिष्टान्न पोटात रिचवून येतो. नाही म्हटले तरी अशा कार्यांना गर्दीची फार गरज असते. लग्नकार्यात या गर्दीशिवाय करमतच नाही. माणसांची प्रचंड धावपळ चालू आहे, कुणाचे बोलणे कुणाला ऐकू येत नाही, वधू-वरांवर फेकलेल्या अक्षता आपल्याच टाळक्यावर पडत आहेत, अशा गोष्टी क्रमवार घडत गेल्या म्हणजे मग खऱ्या अर्थाने मंगल झाल्याचे समाधान आपल्याला मिळते. अशा गोष्टींना गर्दीची आवश्यकता असते. त्या गर्दीत सहभागी होऊन गर्दीचे प्रमाण वाढवणे हे आपले सामाजिक कर्तव्यच असते. ते कर्तव्य पार पाडले म्हणजे वधू-वराइतकाच आपल्याला आनंद होतो, पण समाजात दुःखाच्याही घटना घडत असतात. अशा वेळी त्या कुटुंबीयांना भेटावयास जाणे हाही एक

कर्तव्याच्या भाग असतो. परीक्षेतील अपयश, निवडणुकीतील पराभव ही दु:खे त्या मानाने किरकोळ. त्या कारणासाठी मुद्दाम भेटावयास जाऊन त्यांचे सांत्वन करणे हे फारसे ऐकिवात नाही, पण मृत्यूसारखी दु:खद घटना मात्र तशी नसते. तो आघात नाही म्हटले तरी मोठा असतो. अशा वेळी त्या दु:खी मंडळींना भेटून त्यांचे सांत्वन करण्याचा खटाटोप करणे हे आवश्यक असते. या सांत्वनालाच 'समाचाराला जाणे' असे रूढ नाव आहे. 'अमक्या-तमक्याकडे समाचाराला जाऊन आलो' म्हणजे त्या दु:खीकष्टी मंडळींचे थोडे सांत्वन करून आलो हा अर्थ. सुख हे सांगितल्याने वाढते. तसेच दु:ख हे चार शब्द बोलल्याने कमी होते हा निसर्गाचा नियम आहे.

अशा समाचाराला जाण्याची वेळ आणि शिस्त ठरलेली आहे. कितीही दु:खद घटना घरात घडलेली असली, तरी घरातील ती दु:खी मंडळी सकाळ-दुपारचा चहा वगैरे घेतच असतात. दोन्ही वेळा जेवणही करीत असतात. त्यांच्या चहापाण्याच्या आणि जेवणाच्या वेळा समाचाराला जाण्यासाठी इष्ट नसतात. एक तर तुमच्यादेखत त्यांना त्या गोष्टी करता येत नाहीत आणि तुम्हालाही 'चहा घेणार का?' असा प्रश्न त्यांना विचारता येत नाही आणि त्यांनी तसा प्रश्न विचारला तरी तुम्ही होकारार्थी मान डोलावणे हे बरे दिसत नाही. म्हणून या वेळा टाळून समाचाराला जाणे हे पथ्य पाळावे लागते. अशा प्रसंगी तुमचे कपडेही फार साधे असावे लागतात. समारंभात शोभतील असे झकपक कपडे घालून दुसऱ्याचे सांत्वन करण्यासाठी जाणे, हे बरे दिसत नाही. त्यांच्या दु:खात सहभागी होण्यासाठी ते आवश्यक असते. माझा एक लेखक-मित्र व्याख्यान आटोपून परस्पर एका घरी समाचाराला गेला. अंगावर समारंभाचे झुळझुळीत कपडे होतेच, पण हातात एक झुपकेदार गुच्छही होता. त्या घरी जाऊन बैठकीत बसल्यावर त्याच्या ही गोष्ट लक्षात आली, पण मुळातलाच हुशार माणूस असल्यामुळे त्याने तो गुच्छ अत्यंत आदरपूर्वक मृत व्यक्तीच्या फोटोजवळ ठेवून नमस्कार केला आणि ती वेळ निभावून नेली.

मृत्यूची घटना घडल्यानंतर पुढे आठ-दहा दिवस आप्तेष्ट, मित्र, नातेवाईक भेटीला येत असतात. त्या घरातील वातावरण अर्थातच गंभीर असते. बाहेरच्या बैठकीच्या खोलीत घरातील काही मंडळी सुन्नपणे बसलेली असतात. कुणीच कुणाशी फारसे बोलताना दिसत नाही. भेटणारा मनुष्य बाहेरून येतो, तोही न बोलता मुकाट्याने तेथील एखादे रिकामे आसन ग्रहण करतो आणि निमूटपणे बसून राहतो. बराच वेळ तोही बोलत नाही आणि घरातील मंडळीही त्याच्याशी बोलत नाहीत. अशा वेळी त्या आलेल्या माणसानेच शांततेचा केव्हातरी भंग करून बोलणे सुरू करणे आवश्यक असते. मग आलेला माणूस आपल्या विशेष ओळखीच्या माणसाला उद्देशून म्हणतो, "काल रात्रीच कोल्हापूरहून आलो. आल्यावर कळलं..."

बिचारा घरातील दुःखी माणूस यावर काय बोलणार? तो संमतीदर्शक फक्त मान डोलावतो. मग पुढील संवाद घडतो.

"कल्पनाच नाही हो, अचानक कसं काय घडलं?"

"आम्हालाही कल्पना नव्हती. परवा सकाळपर्यंत चांगले होते. नेहमीप्रमाणे चहा घेतला दीड कप. वर्तमानपत्रं वाचली, पान खाल्लं, तंबाखूची चिमट हातात घेतली. आता तोंडात टाकणार, तेवढ्यात छातीत कळ आली. एकदम कोसळले. हातातली तंबाखूची चिमट तशीच..."

"डॉक्टर वगैरे तुम्ही आणलेच असतील?"

"ताबडतोब दोघे-तिघे डॉक्टर आले, नाडी बघितली, पण तोपर्यंत सगळं संपलंच होतं..."

"अरेरे...! बाकी तसं वय झालंच होतं म्हणा."

"हो, खरं आहे."

"किती ऐंशी असेल का चालू?"

"पुढच्या महिन्यात ऐंशी संपून एक्याऐंशी लागणार होतं. खरं म्हणजे आम्ही सहस्रचंद्रदर्शनाचा सोहळा करणार होतो–"

"चालायचंच! आपण खूप बेत करू हो, पण ईश्वरी संकेत काही वेगळाच असतो. शेवटी ही आयुष्याची दोरी, केव्हातरी तुटायचीच–"

"खरं आहे, अगदी खरं आहे."

"शेवटी दुःख तर आहेच, पण त्यांचं तसं सगळं झालं-गेलं होतं. मुलं तुमच्यासारखी कर्तबगार निघाली, मुलींची लग्नं झाली, नातवंडं झाली, तसं त्यांचं सोनं झालं."

"हे मात्र खरं आहे."

"हाच विचार करायचा अन् दुःख विसरायचं. आपला नेहमीचा उद्योग चालू ठेवायचा. मन कामात गुंतवायचं, म्हणजे दुःखाचा विसर पडतो."

"हो, तोच प्रयत्न चाललाय."

असे संभाषण होते. मग पुन्हा घटकाभर शांतता पसरते. मग आलेला मनुष्य उठतो. "बराय मग! निघतो मी. सांभाळा सर्वांना, तुम्हीच आता खंबीर राहिलं पाहिजे–" असा समारोप करून तो निघतो.

तो जातो आणि दुसरा कोणीतरी याच कामासाठी येतो. तेच वातावरण, तीच शांतता आणि तेच संभाषण! काही फरक नाही. काही वाक्ये इकडची तिकडे एवढाच बदल. पहिला कोल्हापूरला गेला होता तिकडून परत आल्यावर त्याला ही वार्ता कळलेली असते. दुसऱ्याला लगेच कळलेले असते, पण तो आजारी असल्यामुळे अंथरुणावर पडून असतो एवढाच फरक; पण पुढचे सगळे संभाषण

तेच! आजारी पडून एखादा माणूस गेला असेल, तर त्याच्या आजारपणाबद्दल सगळे सविस्तर सांगावे लागते. हा आजार नेमका केव्हा सुरू झाला, त्याची कोणती लक्षणे पहिल्यांदा दिसली? मग डॉक्टरांची उपाययोजना कशी सुरू झाली, एकूण किती पैसे खर्च झाले आणि शेवटी सगळे कसे व्यर्थ ठरले, हे संपूर्ण ऐकल्याशिवाय आलेल्या माणसाचे समाधान होतच नाही. सांगणाऱ्या माणसालाही पुढे-पुढे ते सगळे पाठ होते. नुसता एक सूचक प्रश्न केल्याबरोबर एखादी संथा म्हणावी तसा सर्व वृत्तांत तो धडाधडा म्हणून दाखवतो. सगळे कसे यांत्रिक होऊन जाते. त्यातला जिवंतपणा पार नाहीसा होतो. तीच-तीच हकिकत सांगून सांगून घरातली माणसंही पुढे कंटाळून जातात. पार वैतागून जातात. एक कर्तव्य म्हणून जसा बाहेरचा माणूस येतो, तसेच कर्तव्य म्हणून ती बिचारी घरातली मंडळी त्याच्याशी तोच-तोच संवाद करीत राहतात. कशालाच काही अर्थ राहत नाही.

एकदा एकाला असेच दुसऱ्या एकाच्या घरी समाचाराला जायचे होते. असा प्रसंग पूर्वी कधी त्याच्यावर आलेला नव्हता. त्यामुळे अशा वेळी घरातल्या त्या दु:खी मंडळींशी कसे बोलायचे असते याचा त्याला पूर्वानुभव काहीच नव्हता, पण जाणे तर भाग होते. गेलोच नाही तर त्या मंडळींचा आपल्याबद्दल गैरसमज होईल, ही भीती वाटत होती. शेवटी जिवाचा धडा करून तो घराबाहेर पडला, पण तरी त्याची छाती धडधडत होती. त्या घराच्या आसपास पोहोचला तेवढ्यात रस्त्यावरच त्याचा एक जुना मित्र त्याला भेटला. एसटीतून उतरून तो नुकताच लगबगीने कोठेतरी निघाला होता. या पहिल्या मित्राने त्याला विचारले, "येतोस का माझ्याबरोबर त्या समोरच्या घरात? समाचाराला जायचंय, पण अशा वेळी कसं बोलायचं असतं, मला काहीच कल्पना नाही. तू बरोबर असलास तर मला जरा धीर येईल."

दुसरा मित्र म्हणाला, "चल ना, मी येतो बरोबर. काय बोलायचं असतं मला माहीत आहे, चल–"

दोघेही त्या घरी जाऊन दिवाणखान्यात बसले. घरातली एक-दोन कष्टी मंडळी बाहेर होतीच. थोडा वेळ शांतता, मग हा परगावहून आलेला मित्र बोलला– "फार अचानक झालं म्हणायचं. आम्हाला काही कल्पना नव्हती."

घरातले एकजण सुन्नपणे म्हणाले, "नाही, तसं अचानक काही नव्हतं म्हणा. तशी प्रकृती हळूहळू खालावतच चालली होती."

"ते बरोबर, पण एकदम सर्व संपलं म्हणजे–"

"हो, शेवटी दु:ख तर आहेच."

"तेच म्हणालो मी–" ते मित्रवर्य पुढे बोलले, "कसंही असलं तरी दु:ख काही टळत नाही. आपलं माणूस गेलं, आता ते पुन्हा दिसणार नाही ही कल्पनाच मनाला क्लेश देत असते."

"हे मात्र खरं.''

"बाकी तुम्ही जेवढे प्रयत्न करायचे ते सर्व केलेच असणार–''

"सगळं केलं हो, पण नाही यश आलं–''

"चालायचंच! शेवटी ईश्वरेच्छा बलीयसी! आपल्या हातात काही नाही पाहा. नुसतं असाहाय्यतेने पाहत राहायचं.''

"खरं आहे.''

"जीवन हे असंच आहे.'' मित्रवर्य पुढे गंभीरपणे बोलले, "कुणाचा काही भरवसा नाही. आलेला मनुष्य हा केव्हातरी जायचाच. शेवटी हाच विचार करायचा अन् आपलं मन आवरायचं. आपल्या नेहमीच्या उद्योगाला लागायचं. दु:ख विसरायचं आता. आपल्या नित्य कर्तव्याला सुरुवात करायची–''

"तोच प्रयत्न करतोय आम्ही–''

असे सगळे संभाषण समाधानकारक पद्धतीने पार पडले. मग दोघेही मित्र त्या मंडळींचा निरोप घेऊन बाहेर पडले. बाहेर आल्यावर पहिल्याने दुसऱ्याचे अगदी मन:पूर्वक आभार मानले.

"बरं झालं रे, तू भेटलास ते. अगदी वेळेवर गाठ पडली. नाहीतर माझी मोठी पंचाईत झाली असती. अशा प्रसंगी काय बोलायचं असतं मला काहीच माहीत नव्हतं.''

"ऊं... त्यात काय अवघड आहे!...'' दुसरा मित्र सिगारेट पेटवून बेफिकिरीने म्हणाला, "पण काय रे, मी तुला एक विचारायचंच विसरून गेलो–''

"काय?''

"नाही– नेमकं यांच्या घरातलं कोण गेलं?''

□

कथाकथन: एक अपयश

कथाकथन हा एक नवा कलाप्रकार आता महाराष्ट्रात रूढ झाला आहे. आम्ही तीन लेखकांनी तो प्रारंभी सुरू केला, त्या गोष्टीला आता तीस वर्षं झाली. व्यंकटेश माडगूळकर, शंकर पाटील आणि मी– असे आमचे त्रिकूट होते. कधीकधी ग. दि. माडगूळकरही आमच्याबरोबर येत. त्यांनी या कार्यक्रमाला 'कथा सांगती जनक कथांचे' असे पद्यमय नाव दिले होते, पण ते फारसे रूढ झाले नाही. माडगूळकरांचे नाव आणि 'जनक' हा शब्द यामुळे गीतरामायणाचाच हा गद्य अवतार आहे की काय अशी शंका लोकांना आली असावी, म्हणून 'कथाकथन' हा साधा शब्दच रूढ झाला. त्यातही प्रारंभी घोटाळे होतच. 'कथाकथन' हा शब्द फारसा ऐकण्यात नसल्यामुळे हे 'कथाकीर्तन' वगैरे काहीतरी असावे असाही लोकांना संशय येत असे. त्यामुळे बरीच वयस्कर मंडळी कार्यक्रमाला येऊ लागली, म्हणून मी प्रारंभी सांगत असे, ''हे 'कथाकथन' आहे. कीर्तन वगैरे नाही. कीर्तन ही फार मोठी गोष्ट आहे.

त्यासाठी सांगणाऱ्याची योग्यताही फार मोठी असावी लागते. आम्ही काही एवढे कुणी मोठे नाहीत. आमच्याच गोष्टी आम्ही तुम्हाला सांगणार अन् जमले तर घटकाभर तुमचे मनोरंजन करणार.'' इतका सगळा खुलासा मी करीत असे. तेव्हापासून घोटाळे जरा कमी होऊ लागले आणि आमचा कार्यक्रम सुरळीतपणे पार पडू लागला.

हे आमचे कथाकथन हळूहळू लोकप्रिय झाले. काही ठिकाणी तर दृष्ट लागण्यासारखे कार्यक्रम होत. श्रोत्यांची प्रचंड गर्दी उसळे. हशाचा गजर तर सतत चालू राहायचा. एकदा तर मी मोठे हशे आणि लहान हशे असे वर्गीकरण करून एका गोष्टीत किती हशे मिळतात हे अक्षरश: मोजले. एकेका कथेला दोन-दोनशे हशे मिळाल्याचे आढळून आले. काही वेळेला साडेतीन-चार तास कार्यक्रम चालायचा, पण लोक उठून गेले असे कधी झाले नाही. आम्ही आणखी गोष्टी सांगितल्या असत्या तरी लोकांची ऐकायची तयारी असायची. कथाकथनाच्या यशाची ही धुंदी कितीतरी काळ आमच्या डोक्यात असायची. गणेशोत्सवात तर दहा दिवस दहा ठिकाणी कार्यक्रम व्हायचे आणि हे दहा दिवस या धुंदीत भुर्रकन उडून जायचे.

'कथाकथन' कार्यक्रम सामान्यपणे चांगले आणि यशस्वी व्हायचे, पण अपयशाचे चटके बसले नाहीत असे मात्र नाही. पुष्कळदा कार्यक्रम इतका रंगत असे की, असा हा कार्यक्रम केव्हा तरी अयशस्वीही होतो यावर लोकांचा विश्वासच बसत नसे, पण जन्माबरोबर मृत्यूही जन्माला येतो तसे यशाबरोबर अपयशही जन्माला येतच असते. असे अपयश आले की, आमची धुंदी खाडकन उतरली जायची आणि असाही अनुभव असतो हे लक्षात यायचे.

एकदा मुंबईलाच एका महिला मंडळात आमचा कथाकथन कार्यक्रम ठरला. माडगूळकर आणि शंकर पाटील यांच्या कथा ग्रामीण जीवनातल्या. ग्रामीण भागात या कथा ऐकताना लोक हसून-हसून बेजार होत. सातारा, कऱ्हाड, पंढरपूर, विटा, फलटण ही ठिकाणे म्हणजे तर आमचे आवडते क्रीडांगण. कधी कार्यक्रम बिघडला असे व्हायचेच नाही, पण मुंबईचे 'पिच' आम्हाला अगदी नवखे. त्यातल्या त्यात माडगूळकर, पाटील यांना ते अडचणीचे वाटायचे, त्यामुळे मुंबईत कार्यक्रम ठरला म्हणजे ते फारसे खूश नसायचे. कार्यक्रम महिला मंडळात अन् तोही मुंबईत म्हटल्यावर ते जरा नाराजच झाले, पण हा सामना जिंकायचाच असे ठरवून आम्ही मुंबईला गेलो. कार्यक्रम बंदिस्त सभागृहात होता. हे पाहिल्यावर मला जरा हायसे वाटले, कारण बंदिस्त सभागृहात कार्यक्रम नेहमीच चांगला होतो. त्यामुळे मला जरा हुरूप आला.

पण प्रत्यक्षात कार्यक्रम सुरू झाला तेव्हा सभागृहात सुमारे पंचवीस-तीस निवडक महिला उपस्थित होत्या. त्याही बहुतेक प्रौढ आणि वयस्कर. चुकून एखाद-

दुसरी तरुण मुलगी. अध्यक्षीणबाई आमच्या शेजारीच खुर्चीवर बसलेल्या. त्याही प्रौढ आणि भारदस्त व्यक्तिमत्त्वाच्या. मुद्रा एकदम गंभीर आणि तत्त्वज्ञानावरचे व्याख्यान ऐकत असल्यासारखी. आज आपला घातवार आहे हे मी ओळखलेच. माझी पहिली कथा झाली. ती नागर होती, त्यामुळे काही महिलांच्या मुद्रेवर एखादी वीज चमकावी आणि नाहीशी व्हावी तसे एखादे हास्य अधूनमधून चमकले आणि नाहीसे झाले, पण आवाजाचे प्रदूषण अजिबात नाही. सर्वत्र प्रगाढ शांतता. माझी ही स्थिती, तर इतर दोघा ज्येष्ठ कलाकारांची स्थिती काय वर्णावी? त्यांच्या कथाकथनाच्या वेळी तर शांततेने अगदी परमोच्च बिंदू गाठला. अगदी नीरव शांतता. कोठेही कसलीही प्रतिक्रिया नाही, पण सर्व महिला अत्यंत सुसंस्कृत दिसल्या. निषेधाचा एक शब्दही त्यांनी उच्चारला नाही. कुणी उठूनही गेले नाही. गडबडगोंधळ तर अजिबातच नाही. त्यानंतर मी कशीबशी आणखी एक नागर कथा सांगितली. तीच दैवी शांतता आणि त्याच स्थितप्रज्ञ मुद्रा! मग मात्र मी खचलो. अध्यक्षीणबाईंना विचारले, ''अजून किती वेळ चालवायचं हे कथाकथन?''

अध्यक्षीणबाईंनी निर्विकार मुद्रेने माझ्याकडे पाहिले, मग शांतपणे विचारले, ''किती वाजले?''

कार्यक्रम दुपारी चारला सुरू झाला होता. आता सहा वाजायला आले होते, म्हणून मी म्हटले, ''सहा वाजलेत–''

''असं? मग पुरे–''

असे म्हणून अध्यक्षीणबाई उठल्या आणि कार्यक्रम संपला असे त्यांनी थंडपणे जाहीर केले. श्रोतेमंडळीही अचानक परवानगी मिळाल्यामुळे आनंदित होऊन भराभरा उठलेली दिसली. काही भगिनींच्या आपसात गप्पागोष्टी सुरू झाल्या. आम्ही तिघेही खजील होऊन उठलो आणि माना खाली घालून बाहेर पडलो. आमचे एक मित्र आम्हाला नेण्यासाठी आले होते आणि दरवाजातच थांबून आमची फजिती पाहत होते. फजिती झाल्याचे दुःख नसते, पण ती कुणीतरी पाहिली याचे दुःख फार मोठे असते. त्यामुळे आम्ही आणखीनच शरमिंदे झालो, पण मित्राने आमचे सांत्वन केले. ''जाऊ द्या हो, चालायचंच!...'' ते म्हणाले, ''एखादा डाव भुताला! चला, याची आता काहीतरी भरपाई करू. चला–''

ग्रामीण भागात कार्यक्रम नेहमी चांगला आणि रंगतदार होतो हा आमचा भ्रमही एकदा चांगला नाहीसा झाला. कोल्हापूरजवळच्या एका साखर कारखान्याने आम्हा तिघांना असेच कथाकथन करण्यासाठी अगत्याने निमंत्रण दिले. कारखाना नवा होता आणि नुकताच सुरू झाला होता. सुशिक्षित मंडळी एकूण थोडीच होती आणि मजूरवर्गच बराचसा होता. अर्थात या गोष्टी आम्हाला तेथे गेल्यानंतरच कळल्या. तोपर्यंत आम्ही खुशीत गाजरे खात होतो. कोल्हापूर भागात आणि त्यातही अस्सल

ग्रामीण भागात कार्यक्रम म्हणजे मजा येणारच! कार्यक्रम हमखास रंगणार ही खात्री होती, पण प्रत्यक्ष कार्यक्रम कारखान्याच्या एका रिकाम्या जागेत सुरू झाला तेव्हा श्रोतेमंडळी बेताचीच होती. समोर सगळा दारिद्र्यरेषेखालील पाच-पन्नास मंडळींचा जमाव निर्विकारपणे ठाण मांडून बसलेला होता– दहा-वीस शाळकरी पोरे आणि दहा-पाच ग्रामीण महिला. कार्यक्रम सुरू झाला की, अर्ध्या तासाच्या आत हा बराचसा महिला वर्ग उठून जातो. छान नाच नाही, गाणी नाहीत, देवादिकांचेही काही नाही, मग बसायचे कशाला?– अशी त्यांची बहुतेक प्रतिक्रिया असते, म्हणून त्या बापड्या उठून भराभरा नाहीशा झाल्याच, पण मुख्य श्रोतृवृंद अगदी थंडपणे बसलेला. आमच्या तिघांच्याही मिळून तीन कथा झाल्या. कोपऱ्यातला एक गट थोडा हलला आणि हसलाही, पण बाकी सगळे वातावरण अगदी शांत. कुणीतरी तीन महात्मे आले आहेत आणि त्यांचे काही धार्मिक विषयावर प्रवचन चालले आहे, आपण ते ऐकले तर तेवढेच पुण्य आपल्या खात्यात जमा होईल, हीच भावना बहुधा सर्वांच्या मुखावर उमटलेली! कुणी हलले नाही, कुणी बोलले नाही आणि कुणी उठूनही गेले नाही. प्रत्येकाच्या मुखावर दिव्य शांतता. एक ग्रामीण महात्मा तर तोंडाचा 'आ' पसरून पहिल्यापासून जो आमच्यासमोर बसला होता तो मध्यांतर होईपर्यंत तसाच. मी शंकर पाटील यांना म्हटले, "हा महापुरुष आता मध्यांतरानंतर नक्कीच दिसणार नाही. इतका वेळ बसला हेच विशेष.''

मध्यांतरात काही मुले आमच्या सह्या घेण्यासाठी आली. मला जरा आश्चर्यच वाटले. एका मुलाला स्वाक्षरी देताना केविलवाणेपणाने म्हटले, "अरे, हसा की जरा गोष्ट ऐकताना– हसत जावं अधनं-मधनं, म्हणजे आम्हाला बरं वाटतं.''

तो मुलगा म्हणाला, "हसतोय की आम्ही!''

"असं? मग दिसलं नाही तुमचं हसणं? जरा दिसेल असं हसा रे.''

माझा हा उपदेश ऐकून तो मुलगा थोडासा हसला आणि निघून गेला. मध्यांतरानंतर तोच कार्यक्रम नीरव शांततेत पुन्हा सुरू झाला. त्या शांततेचीच आम्हाला पुढे पुढे भीती वाटू लागली. केव्हा एकदा या लचांडातून मोकळे होतो आणि सुखरूप येथून निसटतो असे आम्हाला होऊन गेले. मध्यांतरानंतर मघाचाच तो तोंड 'आ' वासून बसलेला महापुरुष पुन्हा आमच्या समोर बसलेला– आणि तोही त्याच पहिल्या पवित्र्यात– पाहिल्यावर मात्र आम्ही गारठलोच. एक श्रोता एवढा परिणाम करू शकतो हे पहिल्यांदाच आम्ही अनुभवले. तो रोमांचकारक अनुभव कधी विसरता येईल असे वाटत नाही.

असे अनुभव अनेक ठिकाणी आले. साताऱ्याजवळच्या एका तालुक्याच्या ठिकाणी गणेशोत्सव कार्यक्रम ठरलेला. ग. दि. माडगूळकरही त्यावेळी आमच्याबरोबर आले. गणेशोत्सवातला कार्यक्रम म्हणजे सुंदर, सजवलेले व्यासपीठ, समोर छान

मांडव आणि उत्सुक श्रोत्यांची गर्दी ही आमची कल्पना; पण प्रत्यक्षात यातले काहीच नव्हते. एका अरुंद गल्लीतल्या रस्त्यावरच टेबल खुर्च्या मांडलेल्या, दोन-तीन बाजूंनी लहान-लहान रस्ते. खाली बसायला काही नसल्यामुळे निवडक श्रोते मंडळी जवळजवळ उभीच. त्यातून अधूनमधून वेगवेगळ्या रस्त्याने भटक्या गाई आणि बेवारशी कुत्री यांचे आगमन आणि पुन्हा गमन. केव्हा एकदा हा कार्यक्रम संपतो आणि येथून धूम ठोकतो असे आम्हाला झाले. एका सूतगिरणीत तर शेजारी गिरणी चाललेली. धडाधडा आवाज होताहेत आणि जवळच्याच एका रिकाम्या जागेत टेबलखुर्च्या मांडून आणि पाच-पन्नास लोक जमवून कार्यकर्ते म्हणाले, "हं, करा सुरू तुमचं कथाकथन–"

शेजारच्या यंत्राचा इतका प्रचंड आवाज होत होता की, आमचे बोलणे परस्परांनाही नीटसे ऐकू जात नव्हते. अशा ठिकाणी कथाकथन? आम्ही बोलणार तरी कसे आणि ऐकणारे ऐकणार तरी कसे? मी म्हटले, "अहो, ती शेजारची यंत्रं बंद करा आधी. त्याशिवाय कार्यक्रम करायचा कसा?"

कार्यकर्ते डोळे विस्फारून म्हणाले, "यंत्रं बंद करा? अहो, ही सूतगिरणी आहे. ही यंत्रं चोवीस तास चालू असतात. हा आवाज चालू राहायचाच! तुम्ही आपलं सुरू करा कथाकथन."

काही इलाजच नव्हता. आम्ही तशाच गोष्टी सांगितल्या. आम्ही काय सांगितले ते आमचे आम्हालाही ऐकू आले नाही. श्रोत्यांना ते ऐकू आले असेल यावर माझा मुळीच विश्वास बसला नाही. तरी कार्यक्रम झालाच.

आणखी काय काय सांगायचे? आपली फजिती सांगायची तरी किती वेळा? एकदा एक कार्यक्रम अपयशी होता होता वाचला. पुणे-मुंबई मार्गावरील खंडाळ्याजवळ पोलीस ट्रेनिंग स्कूलमध्ये आमचे कथाकथन होते. सगळे उमेदवार शिपाई कडक शिस्तीत आणले गेले आणि कडक शिस्तीतच त्यांना सभागृहात बसवले गेले. एक झुपकेदार मिशा असलेले अधिकारी सारखे त्यांना आज्ञा फर्मावीत होते. त्यांची मुद्रा अत्यंत गंभीर होती, त्यामुळे सगळे भावी कॉन्स्टेबल्सही गंभीर मुद्रेने आमच्यासमोर बसले होते. मी ओळखले की, हा कार्यक्रम अशाच पद्धतीने सुरू झाला तर नक्की पडणार. अगदी शंभर टक्के खात्री! काहीतरी युक्ती केली पाहिजे म्हणून कार्यक्रमाला सुरुवात करताना मी सांगितले, "हा विनोदी कार्यक्रम आहे. श्रोत्यांनी त्यासाठी मधूनमधून हसणं आवश्यक आहे, म्हणून मी तुमच्या वरिष्ठ अधिकाऱ्यांशी बोलून ठेवलं आहे. त्यांनी तुम्हाला अधूनमधून हसायला परवानगी दिली आहे."

हे ऐकल्यावर श्रोते मंडळींत एकदम हशा आपोआपच झाला आणि पुढे कार्यक्रम सुरळीतपणे पार पडला.

लेखक: काही गैरसमज

सामान्य मंडळींचे लेखक नावाच्या प्राण्याबद्दल फारच गैरसमज असतात. लेखक कथा-कादंबऱ्या लिहितो आणि त्याची पुस्तकेही मधूनमधून प्रसिद्ध होत असतात. या उपद्व्यापातून त्याला बरेच पैसे मिळत असतात अशी त्यांची पक्की समजूत असते. एक पुस्तक प्रसिद्ध झाले की, बहुधा लाख रुपयाच्या वर त्याला प्राप्ती होत असावी याबद्दल त्यांना खात्रीच असते. मराठी पुस्तकाची फार तर हजार-दोन हजारांची आवृत्ती निघते. तीन हजार म्हणजे डोक्यावरून पाणी. हेही भाग्य कादंबरीच्याच वाट्याला येते. एखादे गंभीर पुस्तक किंवा कवितासंग्रह तर हजाराच्या आतच. विनोदी पुस्तक थोडे जास्ती खपते, पण लेखकाला यातून चार-पाच हजाराच्या आतच पैसे मिळतात. तेही रॉयल्टीच्या हिशेबाने वर्षाला चार-दोनशेचा हप्ता. असे करीत करीत आठ-दहा वर्षांनी पहिली आवृत्ती केव्हातरी संपल्याची रोमांचकारी वार्ता लेखकाच्या कानावर पडते आणि तो मोहरून जातो. लेखकाला पुस्तकातून एवढेच पैसे

मिळतात हे ऐकल्यावर लोकांना आश्चर्य वाटते. हे लोक स्वत: पुस्तक विकत घेत तर नाहीतच, पण फुकट वाचण्याचेही श्रम कधी घेत नाहीत आणि तरीही त्यांना लेखकाला कमी पैसे मिळतात याचे आश्चर्य वाटत असते. ही यातली गंमत असते. थोडासा चित्रपट-लेखनाशी जर लेखकाचा संबंध असेल तर मग बोलायलाच नको! तो नक्कीच लक्षाधीश असणार याबद्दल त्यांच्या मनात शंकाच नसते. एकदा एक वाचक आणि रसिक प्रेक्षक मला प्रवासात भेटले. माझी ओळख झाल्यावर त्यांना अगदी भरपूर आनंद झाला. मग ते म्हणाले, ''मला एकदा तुमच्या घरी यायचंय. निवांत गप्पागोष्टी करण्यासाठी–''

''अवश्य या. मी मोकळाच आहे.'' मी नम्रतापूर्वक त्यांना आमंत्रण दिले.

''आपला बंगला कुठेशी आहे?''

''मी बंगलेवजा घरात राहतो, पण घर स्वत:चे नाही. माझी भाड्याची जागा आहे- तीन खोल्यांची.'' वस्तुस्थिती सांगणे मला भागच होते. त्या गृहस्थांनी अत्यंत आश्चर्यचकित मुद्रा केली. ''भाड्याची जागा? अन् तीही तीन खोल्यांची? मला वाटलं तुमचा मोठ्ठा बंगला असेल, निदान मोठ्ठा फ्लॅट. अहो, तुम्ही सिनेमा लिहिता ना? निदान गाडी तरी असेल?''

''गाडी सोडा, पण स्कूटरसुद्धा माझ्या मालकीची नाही. हां, एक सायकल आहे. सायकलीवरून मी रोज कॉलेजला जातो–'' मी पुन्हा सत्यकथन केले. ते गृहस्थ काही वेळ बोललेच नाहीत, पण त्यांनी मुद्रा अशी केली की, एकूण मी म्हणजे एक किरकोळ, सामान्य लेखक तरी असलो पाहिजे किंवा आयकर अधिकाऱ्याच्या भीतीने खोटे तरी बोलत असलो पाहिजे.

थोडा वेळ थांबून त्यांनी मान हलवली, मग शेवटी म्हणाले, ''ठीक आहे. येईल मी केव्हातरी आपल्याकडं. साधारण पत्ता तुम्ही सांगितलाच आहे. तिथं कॉलनीत आल्यावर कुणीही तुमचा पत्ता सांगेलच–''

''तसं करू नका. नीट सविस्तर पत्ता घ्या. नाहीतर तुम्हाला माझे घर लवकर सापडणार नाही. अन् उगाच हिंडत बसावं लागेल–'' मी इशारा दिला.

''म्हणजे काय?''

''अहो, माझ्या कॉलनीतदेखील मी सर्वांना ठाऊक आहेच असं नाही. काही मूठभर लोक– तुमच्यासारखे रसिक– लेखक म्हणून मला ओळखतात. एरवी माझ्या घरासमोर उभे राहून जरी तुम्ही माझा पत्ता विचारलात तरी 'कोण बुवा? ठाऊक नाही' असे उत्तर देऊन लोक मोकळे होतात.''

ते गृहस्थ पुढे खरोखरीच केव्हातरी घरी आले. हसतमुखाने म्हणाले, ''तुम्ही फारच विनयशील बुवा! अहो, मागच्या गल्लीतल्या चौकात तरुण पोरं क्रिकेट खेळत होती. त्यांना मी तुमचं नाव सांगितलं, ताबडतोब त्यांनी तुमचं घर दाखवलं.''

"ते बरोबर आहे–" मी गंभीरपणे मान हलवली, "पण त्याचं कारण मी लेखक आहे हे त्यांना माहीत आहे हे नव्हे. मला दोन मुली आहेत. गेल्या त्या आता लग्न होऊन, पण त्यामुळे त्या पोरांना माझं घर माहीत असणार. दुसरं काही कारण नाही." माझ्या विनोदबुद्धीचं कौतुक करीत ते गृहस्थ निघून गेले. जीव तोडून सांगितलं तरी 'लेखक' या इसमाबद्दल लोकांचे गैरसमज काही दूर होत नाहीत. काय करावे? लेखकाला वाचकांची खूप पत्रे येत असली पाहिजेत याबद्दलही त्यांची खात्रीच असते. याही मंडळींनी स्वत: कधीच पत्रे पाठवलेली नसतात, पण इतरांनी पाठवलेली असणार हा त्यांचा विश्वास पक्का असतो. ॲण्ड्र्यू कार्नेजी का हेन्री फोर्ड– नक्की माहीत नाही, पण त्यांना रोज एक रेल्वेची वॅगनभरून पत्रे येत असत असे म्हणतात. गांधीजी त्या मानाने लहान. त्यांना रोज एक पिशवी भरून पत्रे येत असत. आता मराठी लेखक त्याहीपेक्षा लहान, पण निदान दहा-पंधरा पत्रे तरी रोज त्याच्या नावाने टपालपेटीत पडत असतील असे या सज्जनांना वाटत असते. अशी पत्रे कुणाला येत असतील तर मला ठाऊक नाही, पण मला तरी एवढी पत्रे एकदाही आलेली आठवत नाहीत. केव्हातरी आठ-पंधरा दिवसांनी एखाद्या सहृदय वाचकाचे एखादे पत्र, बस्स! एवढेच! तशी इतर पत्रे रोज असतात. त्यात कधी टेलिफोन कंपनीचे बिल असते, कधी म. रा. वि. मंडळाचे बिल असते. कधी कंपन्यांची छापील पत्रे, कधी कार्यक्रमांची निमंत्रणे, चुकून एखाद्या वेळेस दयाळू नातेवाईकाचे पत्र, कधी कार्यक्रमाची चौकशी करणारे पत्र; पण रसिकांची पत्रे हा प्रकार तसा दुर्मिळच! या पत्रांतही अनेक प्रकार असतात. खऱ्या रसिकाचे पत्र एखादेच. तो जेव्हा पत्रातून आपले सर्व लेखन वाचले असल्याचे सांगतो आणि त्या लेखनाबद्दल आपल्यावर स्तुतिसुमने उधळतो, तेव्हा जरा गुदगुल्या होतात ही गोष्ट खरी आहे, पण हा अनुभव केव्हातरी कपिलाषष्ठीसारखा एखाद्या वेळी!

एका रसिक वाचकाने एकदा पत्रात लिहिले–

"तुम्ही परवा परभणीला येऊन गेलात. मी तुमचा कार्यक्रम ऐकला. कार्यक्रम फार आवडला. तुम्हाला भेटावे असे वाटले, पण धाडस झाले नाही. नंतर तुम्ही कोणाशी तरी बोलत स्टेजवर उभे हातात, तेव्हा मी तुमच्या मागेच उभा होतो. हळूच मी तुमच्या शर्टाला हातही लावून बघितला, फार मजा वाटली."

असे पत्र वाचले की, क्षणभर डोके फिरून जाते. आपण एवढे मोठे लेखक आहोत ही गोष्ट इतके दिवस आपल्याला कशी कळली नाही याचे आश्चर्य वाटू लागते. बरे झाले याने नुसताच शर्टाला हात लावला. आपल्या खिशात हात घातला नाही याचे समाधानही वाटते. 'तुम्ही माझे आवडते लेखक आहात' हे मधुमधुर वाक्य तर अनेक पत्रांत येते. ते वाचले की, मला माझा स्वत:चाच अभिमान वाटू लागतो, पण अशी पत्रे मुळातच थोडी. असा अभिमान वाटण्याचे प्रसंगही अगदीच

केव्हातरी! त्यातली बरीचशी पत्रे शाळकरी विद्यार्थ्यांचीच असतात. माझी स्तुती करून त्यांनी माझी स्वाक्षरी आणि संदेश मागितलेला असतो. ही पत्रे बहुतेक पंधरा पैशाच्या कार्डावर असतात आणि मी माझे पैसे खर्च करून त्यांना स्वाक्षरी आणि संदेश पाठवावा अशी त्यांची माफक अपेक्षा असते. त्यांच्या वयाकडे बघून (आणि स्तुतीला भुलून) मी माझे पैसे खर्च करून त्यांना स्वाक्षरी आणि संदेश पाठवून देतो, पण माझी ही दयाबुद्धीच कधीकधी माझ्या अंगाशी येते. एकदा एका गावच्या शाळेतल्या विद्यार्थ्याचे असेच पत्र आले आणि मी त्याला माझे पैसे खर्च करून उत्तर पाठवले. त्याबरोबर त्याच शाळेतल्या अनेक विद्यार्थ्यांची अशीच डझनभर पत्रे आली. प्रत्येकाने स्वाक्षरी आणि संदेश मागितला होता. अर्थात प्रत्येकाला संदेश देण्याइतकी कार्डे माझ्याकडे नसल्यामुळे संदेश पाठवणे मला तहकूब करावे लागले. काही विद्यार्थी जोडकार्ड पाठवून माझी ही अडचण नाहीशी करतात, पण एका कार्डावर त्यांना 'लेखक कसे व्हावे?' या गहन प्रश्नाचे सुबोध उत्तर हवे असते. काहीजण तर त्याच्याही पुढे जाऊन 'आयुष्यातील अमकातमका प्रश्न कसा सोडवावा? प्रेम या विषयावर तुमचे काय मत आहे? तुमच्या माहितीच्या इतर लेखकांचे पत्ते कळवा. चित्रपट लेखनासाठी काय काय करावे लागते? माझ्याजवळ चित्रपटाच्या अनेक कथा आहेत, त्या तुम्ही खपवाल काय?' अशा अनेक गंभीर आणि महत्त्वाच्या प्रश्नांवर माहिती मागवतात. त्याला उत्तर देणे ही गोष्ट जीवघेणी असते.

बरे, सगळीच पत्रे काही स्तुतीची नसतात. काही शिव्या देणारी पत्रेही येतात. खरे म्हणजे शिव्या द्याव्यात असे मी काही लिहिलेले नसते किंवा बोललेलेही नसते. तरी पण शिव्या खाव्या लागतात. एकदा एका कार्यक्रमात मी 'ड्रॉईंग मास्तरांचा तास' नावाची एक विनोदी कथा सांगितली. ड्रॉईंग मास्तरांच्या इतर विषयातील ज्ञानाची त्यात थट्टा आहे. कुणीतरी ड्रॉईंग मास्तरच त्या दिवशी श्रोत्यात होते की काय, मला माहीत नाही, पण दोन-तीन दिवसांनी मला सणसणीत शिव्या देणारे एक पत्र आले, "वाटेल तसल्या गोष्टी सांगून तुम्ही लोकांना हसवता. चार पैसे मिळविण्यासाठी आणि लोकांना खूश करण्यासाठी तुम्ही आपली जीभ विटाळता. तुम्हाला लाज कशी वाटत नाही?..." असा मजकूर त्या पत्रात होता. अशी पत्रे आली की, मोठेपणाची धुंदी असलीच तरी खाडकन उतरते. एखादे निनावी पत्रही येते. "अमक्या अमक्या पुस्तकाला तुम्ही लिहिलेली प्रस्तावना वाचली, धन्य वाटले. तुम्हाला त्या पुस्तकात काय विनोद दिसला देव जाणे! एका फालतू पुस्तकाला तुम्ही प्रस्तावना लिहून त्याची भलावण करावी हा प्रकार अजब आहे. हा सगळा वशिलेबाजीचा प्रकार दिसतो. दुसरे काय? तुमच्याविषयी वाटत असलेल्या आदराला धक्का बसला..."

–अशीही पत्रे येतात. स्तुती वाचताना बरे वाटते. गोड गुदगुल्या होतात, पण असे एखादे पत्र वाचल्यावर गुदगुल्या कसल्या, चांगल्या मुंग्या येतात. काय सांगावे!

एखादे गमतीचे, अभावित विनोदी झालेलेही पत्र येते. एकदा विदर्भातल्याच एका लहान गावातील एका भगिनीने महिला मंडळात 'कथाकथन' कार्यक्रम करावा अशा मागणीचे पत्र पाठवले, त्यात लिहिले होते–

''या निमित्ताने तुम्ही आमच्या गावी यावे, अशी येथील सर्व स्त्रियांची फार इच्छा आहे.''

□

जाऊ मी सिनेमात?

शाळकरी वयात सिनेमाचे आकर्षण फार मोठे होते. त्या काळात करमणुकीची इतर साधनेही फारशी नव्हतीच म्हणा. आमच्या पंढरपूरसारख्या तालुक्याच्या लहान गावी तर त्या दृष्टीने खडखडाटच. म्हणून सिनेमाचे माहात्म्य फार! कुठलाही सिनेमा हा निदान एकदा तरी पाहण्यासारखा असतोच असे माझे नम्र मत होते. म्हणून कधी सनदशीर मार्गाने वडिलांकडून पैसे घेऊन मी सिनेमा पाहत असे, तर कधी क्रांतिकारकाच्या वाटेने जाऊन गुपचूप आपले ईप्सित साध्य करून घेत असे. घरातली रद्दी परस्पर विकून त्यातून एखादा सिनेमा बाहेर काढायचा, हा त्यातलाच एक धाडसी मार्ग. डोअरकीपरची ओळख वाढवून त्याच्या वशिल्याने आत घुसणे हा दुसरा मार्ग; मात्र तो फारसा यशस्वी होत नसे. मध्यांतरानंतर पुष्कळदा डोअरकीपर हा प्राणी पास न बघता सर्वांना आत सोडी. त्याचा उपयोग करून हातात पांढरा कपटा ठेवून संभावितपणे आत शिरणे ही आणखी एक चोरवाट. अशा वेळी निम्माच सिनेमा पदरात

पडे. निम्मा तर निम्मा! सर्वनाशाची वेळ आली असता शहाणी माणसे अर्ध्यावरच समाधान मानतात आणि अर्धा वाटा सोडून देतात, हे संस्कृत वचन मी पुढे शिकलो, पण तो धडा प्रत्यक्षात मात्र मी पूर्वीच गिरवला होता. सिनेमा पाहण्याच्या या वेडामुळे आपण पुढे सिनेमात जावे, ही महत्त्वाकांक्षा मनात निर्माण होणे हे अगदी अपरिहार्य होते. सिनेमात काम करणारी माणसे प्रत्यक्ष पाहायला मिळत नसत, त्यामुळे त्यांच्याबद्दलचे कुतूहल फारच मोठे होते. माझ्या लहानपणी आमच्या घराच्या शेजारच्या माडीवरच सुप्रसिद्ध अभिनेत्री शांता आपटे राहत असत. त्या तेव्हा फार सुप्रसिद्ध नव्हत्या, पण तरी त्यांचे नाव लोकांना ठाऊक झाले होते. मला वाटते भालजी पेंढारकरांच्याच 'श्यामसुंदर' या चित्रपटात त्यांनी राधेचे काम केले होते. त्यावेळी त्या गाणे शिकण्यासाठी पंढरपूरला राहिल्या होत्या. कधीतरी त्या रस्त्याकडेच्या सज्जात उभ्या राहिलेल्या दिसत. मी अशा वेळी तोंडाचा 'आ' करून अत्यंत आश्चर्यचकित मुद्रेने त्यांच्याकडे पाहत राही. सिनेमात काम करणारी माणसे प्रत्यक्ष पाहिली याचा आनंद काही वेगळाच होता. अशा वेळी आपणही सिनेमात जाऊन काम करावे ही आकांक्षा पुन्हा उफाळून वर येई. चित्रपटात काम करण्यासाठी काही पात्रता लागते, ती आपल्याजवळ आहे की नाही असला फालतू विचार तेव्हा कधी डोक्यात आलाच नाही. त्या लोकांना योगायोगाने चान्स मिळाला. आपल्यालाही तसाच कधीतरी 'चान्स' मिळाला पाहिजे, एवढेच पक्केपणाने वाटायचे.

आपल्याकडे फार मजा आहे. कुठल्याही व्यवसायात शिरण्यासाठी काही पात्रता असावी लागते असल्या शंका-कुशंका कधी कुणाला येतच नाहीत. ''चान्स मिळाला पाहिजे, बस्स.'' एखादे चिरंजीव उनाड निघाले की, त्याचे तीर्थरूप काळजीत पडतात. या पोराचे पुढे होणार तरी कसे? मग कधीतरी हा बाप आपल्या मित्राला ही व्यथा सांगतो. ''बाबुराव, आता तुम्हीच सांगा. हा आमचा बंडू अगदीच वाया गेलाय! दोन वेळा जेवायला फक्त घरी येतो बघा. एरवी दिवसभर उनाडक्या करीत हिंडतो. अभ्यास नाही, शाळा नाही. काही नाही. कार्टं अगदी वाया गेलंय. काय करावं तुम्हीच सांगा मला—''

हे बाबुराव गंभीर चेहरा करून सांगतात, ''असं म्हणता गणपतराव? बंड्या अगदी वाया गेलाय?''

''अगदी नालायक कार्टं आहे हो! सांगतोय काय मग!''

''मग असं करा!''

''काय करू?''

''तुम्ही त्याला पोलिसात घाला. नाहीतर जाऊ द्या एकदम मिलिट्रीत— हाण तिच्या मारी—''

म्हणजे पोलीस खात्यात किंवा मिलिटरीत जाण्याची पात्रता आमच्या दृष्टीने

ही आहे. उमेदवार गडी शक्यतो उनाड, नालायक असला पाहिजे. सिनेमात जाण्यासंबंधीही आमच्या कल्पना अशाच विलक्षण आहेत. आमच्या एका दिग्दर्शक मित्रानेच सांगितलेला अनुभव या दृष्टीने रोमहर्षक आहे. तो म्हणाला, "अरे, आमचं एका स्टुडिओत चित्रीकरण चाललं होतं. मधल्या जेवणाची वेळ. ऑफिसच्या आतल्या खोलीत आम्ही एक-दोघे डबे उघडून जेवायला बसलो होतो. चार घास खाल्ले असतील नसतील, तेवढ्यात एक म्हातारबुवा आपल्या चिरंजीवांना घेऊन सरळ आत घुसले. 'आत येऊ का?'– वगैरे परवानगी मागण्याची भानगड नाही. आले ते आले आणि जोरात म्हणाले, 'का हो, तुम्हीच का या सिनेमाचे डायेक्टर?'

मी म्हणालो, 'हो, मीच. काय काम आहे?'

आपल्या सतरा-अठरा वर्षांच्या पोराला त्यांनी एकदम पुढे ढकलले. मग आज्ञार्थी सूर काढून पुन्हा जोरात म्हणाले, 'या आमच्या मुलाला तुमच्या सिनेमात घ्या.'

मी त्या मुलाकडे निरखून पाहिले. काटकुळा, उंच पोरगा, करकोच्यासारखी मान वर आलेली, डोळ्यांना चष्मा, गालफडं वर आलेली. एकूण आनंदच होता, पण शक्य तेवढी शांत मुद्रा ठेवून मी विचारलं, 'काय शिकलाय हा?'

'काही शिकलेला नाही. दरवर्षी नापास. नववीतच शाळा सोडलीय कार्ट्यानं.' म्हातारबुवा बोलले.

'ते असू द्या, पण याचा आवाज वगैरे चांगला आहे? गाणं?–'

'कसला आवाज?' म्हातारबुवा उसळलेच. 'अहो मुसळ घशात कोंबावं तसला आवाज आहे. कुठलं गाणं अन् काय?–'

'मग अभिनय वगैरे? शाळेतल्या नाटकात काम वगैरे?–'

'छट्! अभिनय कसला आलाय बोडक्याचा!'

'मग याला येतं तरी काय?'

'काहीही येत नाही–' म्हातारा गरजलाच. 'अगदी नालायक आहे कार्ट. वाया गेलंय म्हणा ना! म्हणून तर म्हणतो तुमच्या सिनेमात घ्या.' "

दिग्दर्शक मित्राने सांगितलेली ही सत्यकथा ऐकून माझी दातखीळच बसली. सिनेमात जाण्याची आमच्याकडं एकूण ही लायकी!

सिनेमात गेलं की दाबून पैसा मिळतो, सगळीकडे आपला बोलबाला होतो, कीर्ती वगैरे म्हणतात ती मिळते, एवढीच आमची सिनेमासंबंधी कल्पना. त्यातून सुंदर नटीबरोबर गुलुगुलु गोष्टी करायला मिळतात, तिचा हात हातात घ्यायला मिळतो आणि जमलेच तर एखाद्या दृश्यात अंग भरून मिठीही मारता येते. मग आणखी काय पाहिजे? 'काम का काम और इनाम!' चित्रपटसृष्टीत शिरणाऱ्यालाही खूप कष्ट करावे लागतात. दिवस-रात्र राबावे लागते. प्रखर प्रकाशात काम करून

करून आरोग्याची हानी होते. अवजड आणि चित्रविचित्र पोशाख, दागदागिने घालून दिवसभर दाढीमिशा डिंकाने चिकटवून, रंगरंगोटी करून बसावे लागते याची काहीच कल्पना 'जाऊ मी सिनेमात?' म्हणणाऱ्यांना नसते. पुढे लेखक म्हणून चित्रपटाशी संबंध आल्यावर मलाही पुष्कळ गोष्टी नव्याने कळल्या. योगायोगाने एक-दोन चित्रपटांत काम करण्याचाही 'चान्स' मिळाला. एका चित्रपटात मंगल कार्यालयात परगावहून आल्यामुळे हातात एक ट्रंक घेऊन, जिना चढून मी बायकोबरोबर माडीवर जातो हा सीन होता. ट्रंकेत सामान आहे हे दाखवण्यासाठी ट्रंकेत मोठे चार-दोन दगड भरलेले, त्यामुळे ट्रंक भलतीच जड. ती उचलून जिना चढताना काही संवाद. यातले काहीतरी चुकायचे आणि पुन्हा तालीम व्हायची. पुन्हा 'रीटेक' व्हायचा. असा प्रकार चार-दोन वेळा झाल्यावर माझी दमछाक झाली. कुठून आपण या फंदात पडलो असे मला होऊन गेले. दुसऱ्या एका दृश्यात कार्यालयात सगळे पाहुणे पांघरूण घेऊन झोपलेले आहेत याचे चित्रीकरण. तेही नीट झाले नाही. माझे काम फक्त झोपण्याचे, पण ते करून करून– म्हणजे झोपून झोपून– वैताग आला, पण त्याचे चित्रीकरण नीट होईपर्यंत सक्तीने झोपावेच लागले. अहो, या तर अगदी किरकोळ गोष्टी. काहींच्या वाट्याला मोठे अपघात येतात. जन्माचे पंगुत्व येते, पण आम्हाला त्याची दादही नसते. पडद्यावरच्या मादक, सुंदर दृश्यांना आपण भुलत असतो.

चित्रपटातील नटनटींबद्दलही आमच्या मनात भलत्याच काही कल्पना असतात. चित्रपटातले देवदेवता, संत, महात्मे, पतिव्रता यांची कामे करणारे नट-नटी प्रत्यक्षात तसेच जीवन जगत असतात, अशीही सामान्य प्रेक्षकाची भाबडी समजूत असते, म्हणून तुकारामाचे सुंदर काम करणारे विष्णुपंत पागनीस यांच्या पाया पडणारे लोक त्या काळात काही थोडे नव्हते. पौराणिक चित्रपटात सती-सावित्रीचे काम करणारी नटी एरवीच्या जीवनातही सीता-सावित्रीसारखीच वागत असेल असे आम्हाला वाटे. मराठीतील प्रसिद्ध विनोदी लेखक श्री. शामराव ओक यांचा चित्रपटसृष्टीशी (जाहिरात संस्थेत काम करीत असल्यामुळे) थोडाफार संबंध होता. त्यांनी या भाबड्या कल्पनेची टर उडविण्यासाठी एक छान गोष्ट लिहिली होती. त्या गोष्टीतल्या एका शाळकरी कार्ट्याने 'सत्यवान-सावित्री' हा तडाखेबंद चालणारा चित्रपट पाहिला. त्यातील 'सावित्री'चे काम करणारी नटी 'चंचलादेवी' त्याला फार आवडली. तिच्या पातिव्रत्याच्या तेजाने तो अगदी दिपून गेला. तो चित्रपट त्याने अनेक वेळा भक्तिपूर्वक पाहिलाच, पण या सावित्रीचे प्रत्यक्षात दर्शन घेऊन पावन व्हावे असे त्याला फार वाटू लागले. शेवटी बापाच्या खिशातील पैशांवर डल्ला मारून या चिरंजीवांनी मुंबई गाठली. स्टुडिओचा पत्ता काढला. स्टुडिओपाशी पोहोचल्यावर प्रवेशद्वारापाशीच द्वारपालाने त्याला अडवले. काय काम आहे म्हणून

चौकशी केली.

चिरंजीवांनी दोन्ही हात जोडून भक्तिभावपूर्वक सांगितले, ''त्या मिस चंचलादेवी कुठं आहेत? मला त्यांचं दर्शन घ्याययंच–''

''मिस चंचलादेवी?'' द्वारपाल गोंधळला. त्याला काही कळेना. ''चंचलादेवी? कौन चंचलादेवी?''

''अहो, त्या?... सत्यवान-सावित्री सिनेमात सावित्रीचं काम केलंय त्यांनी–''

''हां हां. अभी समझ गया–'' आता द्वारपालाची मुद्रा समजल्यासारखी झाली. ''अच्छा... वो मिस सुंद्री?... वो उधर रहती है, जावं वहाँ. भागो यहाँसे–''

द्वारपालाने दाखवलेल्या दिशेने हे चिरंजीव पळत गेले. तिचा बंगला गाठला. आता सावित्री आपल्याला प्रत्यक्षात पहायला मिळणार या कल्पनेने त्याला अगदी गहिवरून आले. आपल्या जीवनाचे सार्थक होण्याचा क्षण जवळ आला असे त्याला वाटले. भक्तिभाव मनात उचंबळून आला. त्याच तंद्रीत तो बंगल्याच्या फाटकाजवळ आला.

–आणि त्याला त्या स्वप्नसृष्टीतल्या सावित्रीचे दर्शन घडले.

ती माडीवर सज्जात उभी होती. तोंड तंबाखूच्या पानाने रंगलेले, मधूनच ती पचकन् खाली पिचकारी टाकीत होती. शेजारीच तिला बिलगून एक धटिंगण उभा होता. त्याच्या गळ्यात तिने एक हात टाकलेला होता. तोही बरोबर ओळखू आला. चित्रपटात यमाचे काम करणारा तो नट होता. त्याच्या गळ्यात गळा घालून ही सावित्री खाली अंगणाकडे बघत कुणालातरी अर्वाच्य शिव्या घालीत होती.

ती कुणाला शिव्या घालत आहे हे बघण्यासाठी या चिरंजीवांनी आत दृष्टिक्षेप टाकला. बघतो तो चित्रपटातील सत्यवानच अगदी गरीब मुद्रा करून गोठ्यातला रेडा धूत होता! हे दृश्य पाहिल्यावर चिरंजीवांचे डोळे खाडकन उघडलेच. तेथून ते जे पळाले ते त्यांनी थेट आपले घरच गाठले. पुन्हा काही 'सत्यवान-सावित्री' सिनेमा पाहण्याची त्याला इच्छाच झाली नाही!

◻

सिनेमा कसा लिहावा?

आपण लेखक व्हावे ही फार लहानपणापासून माझी महत्त्वाकांक्षा होतीच, पण या महत्त्वाकांक्षेत आणखी एक चोरकप्पा होता. आपण सिनेमा लिहावा. कथा, पटकथा, संवाद या शीर्षकाने आपले नाव झळकावे असेही मला फार फार वाटत होते. पांढर्‍या पडद्यावर आपले नाव झळकणे ही गोष्ट नाहीतरी फार मोठीच आहे. सामान्य प्रेक्षकाला तर अशा गोष्टींचे महत्त्व भलतेच वाटते. माझ्या 'व्यंकूची शिकवणी' या कथेवर आधारलेला 'गुरुकिल्ली' नावाचा एक चित्रपट पूर्वी निघाला होता. त्याच्या प्रारंभी 'कथा...' म्हणून माझे नाव होते. याच्या शुभारंभाच्या खेळाला मी गेलो होतो. चित्रपट सुरू झाला आणि प्रारंभीच माझे नाव प्रथमच पडद्यावर झळकले. माझा तर ऊर अभिमानाने भरून आला, पण माझ्या पुढच्याच रांगेत माझ्या मित्राचा मुलगा बसला होता. तशा अंधारात त्यानं पाठीमागे माझ्या तोंडाकडे कुतूहलाने वळून पाहिले. मग ऊर आणखी भरून येईल नाहीतर काय होईल? एका लहान गोष्टीचे एवढे फळ

तर, सबंध व्रताचे केवळे फळ?– असा कहाणी संग्रहात नेहमीच एक प्रश्न असतो ना, तसेच हे! नुसती कथा दिल्याने एवढे कौतुक तर 'कथा-पटकथा-संवाद' हे संपूर्ण व्रत पार केल्यावर केवढी प्रसिद्धी मिळेल? या विचाराने माझे मन तेव्हा मोहरून गेले.

ही सोनसंधी पुढे आयुष्यात केव्हातरी आली आणि चित्रपटकथा कशी लिहावी ही विद्या मी हळूहळू शिकलो. अनुभवाने माझे या क्षेत्रातले बरेचसे अज्ञान नाहीसे झाले. पूर्वी माझ्या चित्रपट कथालेखकासंबंधी अनेक वेडपट कल्पना होत्या. चित्रपटाची कथा ही कुठल्यातरी मोठ्या लेखकाच्या कथा-कादंबरीवर आधारित असते, अशी माझी तोपर्यंत भाबडी समजूत होती. लेखक मोठा असला म्हणजे त्याची कथा आणि कादंबरीही मोठीच असते. निदान वाचनीय तरी नक्की असते. त्यात मूळचेच नाट्य असते. वेगवेगळ्या स्वभाववैशिष्ट्यांनी नटलेली अनेक मंडळी अशा कथेत वावरत असतात. अनेक लहान-मोठ्या घटकांची त्यात एक सूत्रबद्ध मालिका असते. हे सगळे चित्रपटाच्या तंत्रात कौशल्याने बसवायचे एवढेच चित्रपट-लेखकाचे काम असते, अशा काहीतरी चुकीच्या कल्पना माझ्या डोक्यात ठाण मांडून बसलेल्या होत्या. नारायण हरी आपटे यांच्या 'न पटणारी गोष्ट' या एका प्रसिद्ध कादंबरीवरून शांतारामबापूंनी 'कुंकू' हा गाजलेला चित्रपट निर्माण केला. य. गो. जोशी यांच्या गाजलेल्या 'वहिनीच्या बांगड्या' या प्रसिद्ध कथेवरून त्याच नावाचा चित्रपट निघाला आणि तोही गाजला. पं. महादेवशास्त्री जोशी यांच्या तर अनेक कथांवरून चित्रपट तयार झाले आणि त्यांना चांगली लोकप्रियताही मिळाली. हे सगळे माहीत असल्यामुळे माझे हे अज्ञान बरीच वर्षे टिकून होते. किंबहुना मी स्वत: चित्रपट-कथा लिहायला प्रारंभ करेपर्यंत माझा हा भ्रम कायमच होता. पुढे मी स्वत: जेव्हा चित्रपट कथालेखक बनलो, तेव्हा मात्र माझ्या या चमत्कारिक कल्पना हळूहळू नाहीशा झाल्या आणि माझे डोळे चांगलेच उघडले! काळ बदलला आहे हे माझ्या ध्यानात आले.

चित्रपट व्यवसायात हल्ली जे अनेक चांगले संकेत रूढ आहेत, त्यात चित्रपटाचा लेखक हा शक्यतो कुणी मोठा प्रसिद्ध लेखक असता उपयोगी नाही हा एक सर्वमान्य संकेत आहे. आता तो चुकून एखादा मोठा लेखक निघालाच तर निरुपाय आहे, पण नसलाच तर उत्तम! वर्तमानपत्राच्या जगात संपादकीय विभागात शक्यतो इंग्रजी न येणारा– निदान फार न येणारा संपादक असावा असा वर्तमानपत्राच्या मालकांचा पूर्वी दंडकच होता असे म्हणतात. तसेच चित्रपट क्षेत्रातही आहे. मोठा लेखक असला म्हणजे विनाकारण कटकटी करतो, नाही त्या शंकाकुशंका काढतो आणि दिग्दर्शक-निर्मात्याला उगीचच छळतो, म्हणून फारशी प्रतिभा किंवा कल्पनाशक्ती नसलेला लेखक उत्तम. माझा एक लेखक मित्र मराठीप्रमाणेच हिंदी चित्रपटांच्याही

कथा बांधीत असे आणि पटकथा लिहीत असे. कविवर्य ग. दि. माडगूळकर आणि पु. भा. भावे हे दोघेही महान लेखक त्याचे मित्र. एकदा वादविवादात भावेअण्णांनी रागावून त्याला विचारले, "कारे, हिंदी सिनेमासाठी आमच्या कथा कोणी का घेत नाही? लेखक म्हणून आमचं नाव त्यांना का सुचत नाही? तुझ्याकडं मात्र हे काम कसं येतं?"

आमचा मित्र तसा बोलण्यात हुशार. त्यानं पटकन उत्तर दिलं, "तुम्हाला कोणीच हिंदी सिनेमात विचारणार नाहीत."

"तेच विचारतोय, का?"

"मला काम मिळतं, कारण मी सामान्य लेखक आहे–"

"अन् आम्ही?"

"तुम्हाला नाही. Because you are a genius"

सिनेमाला जिनीयस, प्रतिभावंत लेखक चालत नाही. सर्वसामान्य लेखक परवडतो. असा लेखक दिग्दर्शकाला जे पाहिजे ते मुकाट्याने कबूल करतो आणि लिहितो. असे का? हा वेडगळ प्रश्न तो कधीच विचारत नाही. मी चित्रपटाची पटकथा प्रथमच लिहायला सुरुवात केली तेव्हा दिग्दर्शकाबरोबर वारंवार चर्चा होतच असे. एकदा दिग्दर्शक मला म्हणाले, "कुठेतरी एक मंगळागौरीचा सीन घाला ना त्यात. मी सांगायचं विसरलोच होतो."

मी चकित होऊन म्हणालो, "मंगळागौर? या गोष्टीत मंगळागौर कशी येणार?"

"का नाही येणार?"

"अहो, मंगळागौर ही प्रथा सामान्यपणे ब्राह्मण कुटुंबातली आहे. आपली ही कथा बहुजन समाजातल्या माणसाची आहे. त्यांच्यात ही मंगळागौर नावाची भानगड नसते."

"असं? मग नागपंचमीचा सीन घाला. म्हणजे बायकांचं एक छान गाणंही आपोआप त्यात बसेल."

"पण आपल्या या कथेत नागपंचमी कशी येईल?"

"आणायची हो!..." दिग्दर्शक माझ्या अज्ञानाची कीव करीत म्हणाले, "असले सीन हेच आपल्या सिनेमाचं खरं भांडवलं. बायकांना असले सीन तर फार आवडतात अन् आपला मुख्य ऑडियन्स बायकांचाच असतो. हं, घाला."

मुकाट्याने मी नागपंचमीचा एक सीन पटकथेत लिहून टाकला. आपोआप गाणं आलंच. लेखकाला ही एक चांगली सोय आपल्याकडे आहे. गाणे असलेला सीन आला की, त्याच्या डोक्याला कसलाच ताप नसतो. नुसते 'गाणे' असा शब्द लिहिला की, त्या सीनपुरते त्याचे काम संपले. मग दिग्दर्शक एखादा होतकरू कवी गाठतो आणि त्याच्याकडून नागपंचमीचे गाणे लिहून घेतो. प्रसिद्ध संगीत दिग्दर्शक

त्याला चाल लावतो आणि त्याहीपेक्षा प्रसिद्ध असलेली एखादी गायिका ते मधुर स्वरात गाऊन मोकळी होते. नागपंचमीचा सण घेऊन चित्रपटात तरुण बायका नाचत नाचत वारुळाकडे येतात आणि गाणे म्हणत म्हणत नागोबाची पूजा करतात. बघणारा स्त्री प्रेक्षकही खूश होतात, पण लेखकाचा या सर्व गोष्टीशी सुतराम संबंध नसतो.

पण काही वेळा हे प्रकरण इथेच संपत नाही. कथा ऐन भरात आली असताना दिग्दर्शक लेखकाला साकडे घालतात.

"आता हिरॉइनचा एखादा ट्रॅजेडीचा सीन येऊ द्या हं–"

प्रारंभी मला शब्दांचा अर्थच कळत नसे. गोंधळून मी विचारले, "हिरॉइनचा ट्रॅजेडीचा सीन म्हणजे?"

"म्हणजे व्हिलन तिच्यावर बलात्कार करण्याचा प्रयत्न करतो किंवा ती आत्महत्या करायला कड्यावर जाते आणि तिचं मूल मरतं– असं काहीतरी पाहिजे हो! तुम्हीच लेखक. आम्ही काय तुम्हाला आणखी सुचवायचं? ह्यॅऽ ह्यॅऽ ह्यॅऽ"

"असं कशासाठी?" निदान सुरुवातीला तरी मी भोळेपणाने असल्या शंका विचारीत असे.

"अहो, ट्रॅजेडीशिवाय मजा नाही! फॅमिली पिक्चर आहे ना आपलं? मग ट्रॅजेडी पायजेच. अन् संवाद असे लिहा, बस्स! बायका ढसाढसा रडल्या पाहिजेत बघा–"

"अहो, पण का?"

"तुम्ही नवे आहात साहेब या इंडस्ट्रीत. बायकांना रडायला फार आवडतं. ढसाढसा रडतील अन् हा सिनेमा बघताना आपण कसे भयानक रडलो हे अत्यंत आनंदानं इतर बायकांना सांगतील. अन् पुन्हा रडण्यासाठी हौसेनं पुन्हा आपलं पिक्चर बघायला येतील."

"बरं मग?" माझा अडाणीपणाचा प्रश्न.

"अहो, मग काय? बायका हाच खरा आपला ऑडियन्स. अन् बायका पिक्चरला आल्या की, पुरुषमंडळी त्यांच्याबरोबर आपोआपच येतात. ते कुठे जाताहेत? आपलं पिक्चर हाऊसफुल्ल!..."

चित्रपटकथा या पद्धतीने पूर्ण झाली तरी लेखकाचे काम संपत नाही. सबंध पटकथा संवादाचे वाचन हीही एक आवश्यक गोष्ट असते. या वाचनाच्या वेळी नटनटी उपस्थित असतील तर कथेतील सुधारणेला बराच वाव असतो, कारण मुख्य नट आणि नटी ही लेखकापेक्षाही अधिक बुद्धिमान असतात. ही मंडळी मूळ कथेतच अनेक सुंदर आश्चर्यकारक बदल सुचवतात आणि लेखकाचे काम आणखी काही दिवसांनी वाढवतात. एकदा सबंध कथा ऐकल्यावर मुख्य अभिनेत्रीबाई

म्हणाल्या, ‘‘हिरॉइनला आपण एक लहान बहीण दाखवली तर?’’

‘‘ती कशाला?’’

‘‘लहान मुलांची कामं प्रेक्षकांना फार आवडतात हो! ‘कुंकू’मध्ये नाही का वासंतीनं कसं काम केलं? ‘लग्न पहावं करून’ सिनेमात तर त्या चिमणरावाला– म्हणजे दामूअण्णा मालवणकरांनासुद्धा– लहान बहीण दाखवली होती. ‘पहिली मंगळागौर’मध्ये तर हिरॉइनला म्हणजे स्नेहप्रभा प्रधानलासुद्धा लहान बहीण आहे. लता मंगेशकरनंच तर परकऱ्या मुलीचं काम केलंय. ‘कळत-नकळत’मध्ये तर...’’

ही यादी बरीच लांबते. मीच धीर करून शेवटी म्हणतो, ‘‘अहो, पण हिरॉइन ही आईवडिलांची एकुलती एक मुलगी आहे असं आपण दाखवलंय.’’

‘‘अरे! खरंच की! मग हीरोला लहान बहीण नाहीतर भाऊ दाखवा.’’

यातून कशीबशी सुटका करून घ्यावी न घ्यावी तेवढ्यात दिग्दर्शक हळूच सांगतात, ‘‘आपले हीरो रागावलेले आहेत. आपले सीन फार कमी आहेत असं त्यांचं म्हणणं आहे.’’

‘‘मग?’’

‘‘काही नाही. त्यांचे चार-दोन सीन वाढवा. उगीच कटकट नको–’’

चित्रपट कथा अशी वळणे घेत घेत कशीबशी पुरी होते. पूर्वी पूर्वी मला हे फार कठीण काम वाटायचे, पण आता मी निर्ढावलो आहे. आता मीच दिग्दर्शकाला सांगतो, ‘‘गोष्ट सुरू करून बराच वेळ झाला की! अजून लव्ह-सीन आलाच नाही. एखादा लव्ह-सीन टाकूया का?’’

मग दिग्दर्शकही खूश होतात, मला टाळी देतात.

‘‘वा! अगदी माझ्या मनातली गोष्ट बोललात. आता लव्ह-सीन पायजेच. एकदम कडक. अन् लगेच फायटिंग टाका म्हणजे आपलं पब्लिक जाम खूश!’’

□

प्रवासात भेटलेली माणसे

माणसाला अनेक गोष्टींमुळे शहाणपण येते. 'केल्याने देशाटन' ही त्यातली एक महत्त्वाची गोष्ट. माणसाने सतत हिंडले पाहिजे. प्रवास केला पाहिजे, त्यामुळे त्याला विविधरंगी जीवनाचा अनुभव येतो. नाना प्रकारची माणसे भेटतात. ही वसुंधरा किती विविध रत्नांनी नटलेली आहे हे समजते. मग शहाणा होण्यावाचून त्याला गत्यंतरच उरत नाही, म्हणूनच 'ब्राह्मणु हिंडता बरा' असे समर्थांनी म्हटले आहे. लेखक नावाच्या जातीला तर 'प्रवास' ही गोष्ट फार आवश्यक! प्रवासात माणसाला नवेनवे अनुभव येतात. जीवनाचे वेगवेगळे पैलू समजतात! त्याच्या मनःकोषात नित्य नव्या अनुभवांची रसद पोहोचती होते. राजहंस कसा फक्त मोत्याचा चारा खाऊन जगतो (असे म्हणतात), तसा खरा लेखक हा नव्या नव्या अनुभवाच्या शिदोरीवरच जगतो. तरच त्याचे लेखक म्हणून आयुष्य वाढते. केवळ घरबशा असलेला माणूस लेखक होणे कठीण आणि झालाच तर तो अल्पायुषी लेखक होईल.

पत्रकार होण्याच्या इच्छेने झपाटलेली अनेक तरुण मुलेमुली हल्ली मुलाखत घेण्यासाठी येतात. त्यांचे मुलाखतीवरील प्रश्न ठरलेले असतात. त्यातला एक प्रश्न म्हणजे, "तुमचे आवडते छंद कोणते?"

माझी उत्तरेही आता तयार झाली आहेत. मी त्यांना सांगतो, "लेखन आणि वाचन हे मुख्य छंद–"

"ते झालंच! त्याशिवाय म्हणतो मी. फोटोग्राफी, पोहणे, चित्रकला, गाणं–"

"यातलं फार थोडं जमतं मला, पण छंद म्हणाल तर दोन– प्रवास आणि गप्पागोष्टी."

प्रवास ही खरोखरच मला आवडणारी गोष्ट आहे. काही ना काही निमित्ताने प्रवास करण्याची संधी मिळाली तर मला बरे वाटते. घरच्या दैनंदिन कटकटीतून मुक्तता होते आणि एका वेगळ्या वातावरणात वावरण्याची धुंदी मिळते. नाना प्रकारची माणसे भेटतात. खूप कडूगोड अनुभवांचा काढा प्यावा लागतो. मानसन्मान होतात, तसेच अवमानाचेही प्रसंग येतात. आपण एरवी ज्या जगात वावरत असतो ते जग किती लहान आहे आणि बाहेरचे जग केवढे मोठे, केवढे अनाकलनीय आहे याचा प्रत्यय येतो. रिते मन अनुभवांनी पुन्हा संपन्न होते, म्हणून माणसांना पाहावयास मी उत्सुक असतो. त्यांच्याशी गप्पागोष्टी करता आल्या तर फारच आनंद होतो. किती वेगवेगळ्या तऱ्हेची, स्वभावाची माणसे मला या प्रवासात पाहायला मिळाली आहेत!...

साताऱ्याच्या एस.टी. स्टँडवर एकदा मी पुण्याला जाण्यासाठी म्हणून पुण्याच्या गाडीची वाट पाहत होतो. तशा गाड्या सतत येत होत्या, पण गर्दीही तितकीच होती. थोड्या वेळाने एक गाडी आली. काही प्रवासी खाली उतरले. मग आत चढणाऱ्या आम्हा प्रवाशांचा एक लोंढाच्या लोंढा आत घुसला. त्यात अर्थातच मीही होतो. माझ्याही पुढं मुसलमानांची दोन तरुण पोरं घुसली होती. त्यापैकी एकाने रिकाम्या झालेल्या जागेकडे नुसती बोटं दाखवली–

"ही... ही... ही... ही... जागा आपली. बसा त्या जागेवर."

त्यांचे सगळे कुटुंब बाहेर उभे होते. बहुधा एखाद्या लग्नासाठी म्हणून मंडळी पुण्याला निघाली असावीत. दुसरा पोरगा एकेका रिकाम्या सीटवर सामान ठेवून जागा अडवू लागला. मी तेवढ्यात चपळाई करून एक रिकामी सीट शोधली आणि तिच्यावर जाऊन बसलो. ते पाहताच तो पहिला पोरगा चिडला. मला तावातावाने म्हणाला, "अहो साहेब, ती जागा धरलीय आम्ही–"

हा काय म्हणतोय मला कळेना. जागा धरलीय म्हणजे काय? मीच तर पहिल्यांदा या सीटवर बसलो आणि याने कुठली जागा धरली?

"मी बसलोय ना इथं–" मी सांगितले, "अन् तुम्ही केव्हा धरलीत जागा?"

तो गुर्मीत म्हणाला, "मी तुमच्या आधी आत शिरलोय. अन् याला हात दाखवून ही... ही... ही... जागा आपली म्हणून सांगितलं. तुम्ही ऐकलंत की! या आठ-दहा जागा आमच्या आहेत."

"नुसत्या हातांनी ही... ही... ही... म्हणून आठ-दहा जागा धरल्यात? शाबास पठ्ठे!..." मी ही: ही: ही: करून हसलो.

"उठा, उठा..." तो ओरडला.

"नाही उठत–" मीही जोरात सांगितले, "मी तर तुमच्या आधी धरलीय जागा."

"माझ्या आधी केव्हा?"

"एसटी स्टँडवर गाडी आली तेव्हा नुसत्या नजरेनंच मी सबंध एस.टी. धरलीय. तरी मी एकाच जागेवर बसलोय. माझ्या बाकीच्या जागेवर तुम्ही बसा पाहिजे तर! माझी हरकत नाही."

माझे हे प्रत्युत्तर ऐकून बाकीचे प्रवासी हसू लागले. सगळ्यांनीच त्याची हुर्यो केली. तेव्हा मिळालेल्या जागेवर समाधान मानून तो मुकाट्याने गप्प बसला. अशी वल्ली आणि भांडखोर माणसे तर अनेकदा भेटतात. सुशिक्षित दिसणारी एक बाई तर एकदा चार-पाच सीट्सचे रिझर्वेशन करून दोनच तिकिटे काढून बसल्या होत्या आणि बाकीच्या जागेवर कुणी बसले की लगेच, 'रिझर्वेशन आहे आमचं, कुणी बसू नका–' म्हणून इतरांना दरडावीत होत्या. गाडी सुटली तरी त्यांचा आरडाओरडा चालूच होता. शेवटी कंडक्टरला बोलावून त्यांना दटावले तेव्हा त्या गप्प झाल्या; पण तरीही आपल्यावर फार मोठा अन्याय झाला आहे, अशी त्यांची मुद्रा शेवटपर्यंत होती.

माणसे मुळातच स्वार्थी असतात, पण प्रवासात ती अधिक स्वार्थी होतात. इतरांच्या सुखदु:खाची ती कसलीच पर्वा करत नाहीत. स्वत:ची जागा न सोडता इतरांच्या जागा बळकावण्याचा प्रयत्न करतात. शक्य त्या सुखसोयी आपल्यालाच मिळाव्यात, अशी त्यांची अपेक्षा असते. एकदा एक सद्गृहस्थ आपल्या पत्नीसह माझ्या समोरच्या लांब बाकड्यावर बसले होते. मधे केव्हातरी, त्या बाकड्यावरील एक-दोन माणसे खाली उतरली. थोडी प्रशस्त जागा झाली. त्याचबरोबर ते गृहस्थ बायकोला म्हणाले, "तू झोप आता निवांत पाय पसरून–" आणि ती त्यांची गृहलक्ष्मी खरोखरच पाय पसरून झोपली. पुढे कुठेतरी गाडीत गर्दी झाली. काही माणसे मधेच उभी राहिली होती. कंडक्टरने त्या बाईंना उठा म्हणून सांगितले आणि उभ्या राहणाऱ्या एक-दोघांना त्या जागेवर बसायला सांगितले, त्याबरोबर ते पतिराज संतापले.

"बाईमाणूस झोपलंय, त्यांना उठायला सांगता! वारे एस.टी.! वा रे सौजन्य!..."

मी त्यांच्यासमोरच बसलो होतो. मी म्हणालो, "अहो साहेब, ती उभी राहिलेली

माणसं आहेत ना– त्यांनीपण तिकिटं काढली आहेत. त्यांना नको का जागा मिळायला? गर्दी नसेल तेव्हा ठीक आहे. गर्दीत माणसं उभी असताना झोपायला कसं मिळेल? यात सौजन्याचा कुठं संबंध येतो?''

माझ्या या बोलण्याने ते गृहस्थ आणखी चिडले आणि अद्वातद्वा बोलू लागले. शेवटी त्या बाईंना उठावेच लागले आणि इतरांना जागा मिळाली. तरी पण तो सद्गृहस्थ बराच वेळ एस.टी.च्या नावाने शंख करीत होता.

रेल्वेच्या प्रवासात तर याच्यापेक्षाही गमतीदार माणसे भेटतात. प्रवास म्हणजे खूप खायचे अशीच कित्येकांची कल्पना असते. गाडी हलली रे हलली की, यांनी जवळचे मोठे डबे उघडलेच म्हणून समजा! हात आणि तोंड यांचा त्यांचा व्यायाम प्रवासभर चालू असतो. इतके करून काही मंडळींचे समाधान होत नाही. गाडी कुठल्याही स्टेशनवर थांबली आणि कुणी खाद्यविक्रेता, फळवाला यांच्या खिडकीजवळून चालला की, त्यांनी त्याला प्रेमळपणे हाक मारलीच म्हणून समजा! अशी प्रवासभर सतत खाणारी माणसे मी पाहिली आहेत. त्यांच्या खाद्यनिष्ठेचे मला नेहमीच कौतुक वाटते. त्यांचे नुसते खाणे बघूनच काही वेळा माझे पोट भरते. (कधीकधी ही मंडळी अतिप्रेमळ असतात. ती आपल्यालाही त्यातील हविर्भाग देतात. मग मी त्यांच्या या खादाडपणाबद्दल मनातल्या मनात क्षमा करतो.)

काही प्रवासी दुसऱ्याही बाबतीत प्रेमळ असतात आणि त्यांचे नको तेवढे चाळे दृष्टीला पडतात. एकदा रेल्वेच्या प्रथम वर्गाच्या डब्यात माझ्या बर्थसमोर एक तरुण जोडपे एकमेकांना घट्ट चिकटून बसले होते. त्या दोघांच्या बर्थ रिझर्व्ह केलेल्या होत्या. म्हटले, रात्रीच्या वेळी तरी यातील एकजण दुसऱ्यापासून अलग होऊन बर्थवर झोपेल; पण तसे कुठले व्हायला! रात्री झोपेची वेळ झाली तेव्हा आम्ही बाकीच्या दोघांनी आपापल्या अंथरुणावर अंग पसरले, पण हे जोडपे एकमेकांना डिंकाने चिकटवल्यासारखे चिकटले होते. शेवटी दोघेही एकाच बर्थवर एकमेकांच्या अंगावर हात टाकून एकमेकांना अधिकच बिलगून झोपले, तेव्हा मात्र मीच दिवे मालवले आणि डोळेही मिटून घेतले.

अशा किती गमती सांगाव्यात!

रात्रभर आरडाओरडा करून, खदाखदा हसून सर्व प्रवाशांना रात्रभर जागरण घडवणारे- एस.टी.त भेटलेले- एक वेडे; पोराच्या विनोदावर खूश होऊन तोंडात घेतलेले तांब्याभर पाणी फवाऱ्यासारखे उडविणारी आणि सगळ्यांची तोंडे आणि कपडे भिजवून टाकणारी एक पुत्रवत्सल माता; एकमेकांना सतत मिठ्या मारणारी पुणे-मुंबई प्रवासातली तरुण अँग्लो-इंडियन जोडपी; हुबळीच्या एस.टी. स्टँडवरील बाकावर पांघरुणाविना झोपलेला आणि थंडीमुळे कुडकुडणारा मी अन् माझ्या अंगावर स्वतःचे पांघरूण घालणारा कुणी एक अज्ञात प्रवासी... एक ना दोन?

अनेक मंडळी.

पण विद्यार्थिदशेत पुण्याहून पंढरपूरला जाताना भेटलेले एक नरवीर मात्र अजून लक्षात राहिले आहेत. स्वातंत्र्यापूर्वीची गोष्ट आहे. मी कॉलेजला सुटी लागली म्हणून पुण्याहून पंढरपूरला चाललो होतो. कुर्डूवाडीला गाडी बदलून बार्शी लाईट रेल्वेत बसलो. वाटेत मोडनिंब नावाचे स्टेशन लागले. त्यावेळी ते संस्थानात होते. या मोडनिंब स्टेशनवर एक गृहस्थ पत्नी आणि मुलगा यांच्यासह गाडीत चढले. या डब्यात जागा भरपूर होती. आत शिरल्याबरोबर बाईसाहेब बाकावर आडव्या झाल्या. आठ-दहा वर्षांच्या मुलाला म्हणाल्या, "बंड्या, तू पण पड रे घटकाभर–" आणि त्या नवऱ्यावर खेकसल्या, "तुम्ही झोपू नका हं सांगून ठेवते. अजिबात झोपू नका. सामानाकडं लक्ष राहू द्या."

हाफपँट घातलेले, भरघोस मिशा असलेले ते जाडजूड नवरोजी अगदी गरीब मुद्रेने म्हणाले, "अगं, मी जागाच आहे की, झोपलोय का?"

"पण सामानाकडं लक्ष असू द्या."

"आहे, माझं लक्ष आहे."

थोड्या वेळाने बाभूळगाव स्टेशन आले. लगेच बाईसाहेब खडबडून जाग्या झाल्या. उठून बसल्या. जवळचा फिरकीचा तांब्या नवऱ्याच्या हातात देऊन पुन्हा ओरडल्या, "हं, एवढा तांब्या भरून आणा झटकन. केव्हाची तहान लागलीय मला. अन् लवकर जा– जा म्हणते ना?"

नवरोजी मुकाट्याने तांब्या घेऊन उतरले. समोरच्या नळाखाली तांब्या भरून येऊ लागले. तेवढ्यात गाडीची शिट्टी वाजली. गार्डने हिरवा झेंडा दाखवला, त्याचबरोबर बाईसाहेब ओरडल्या, "अहो, झालं का नाही पाणी भरून? या लवकर, नाही तर राहाल खाली तसेच."

"आलो आलो" करीत पतिराज तांब्या घेऊन पळत पळत आले आणि डब्यात चढले. बाईसाहेब गटागटा पाणी प्यायल्या. गाडी सुरू झाली. बाईची बडबड सारखी चालूच होती. पंढरपूरच्या चंद्रभागेच्या पुलावर गाडी आल्यावर त्या पुन्हा ओरडल्या, "आलं पंढरपूर. सामान काढून ठेवा बाहेर. बसू नका बावळटासारखे नुसते बघत."

"हो, काढतो ना."

बुवाजींनी सगळे सामान मुकाट्याने बाहेर काढून ठेवले. एकत्र केले. मला त्यांच्याबद्दल फारच कुतूहल वाटत होते. पंढरपूर स्टेशनवर गाडी येऊन थांबली. आम्ही सगळेच खाली उतरलो. सहज म्हणून त्या गृहस्थांना प्रश्न केला, "आपण मोडनिंबचेच का?"

त्यांनी होकारार्थी मान हलवली.

"काय करता?"

ते गृहस्थ चमत्कारिक दृष्टीने माझ्याकडे पाहत बोलले–
''काय करता म्हणजे? मी तिथं फौजदार आहे.''

टोप्या घालणारी माणसे

आयुष्यात माणसाला सगळ्याच गोष्टी काही जमत नाहीत. काही गोष्टी मिळवता येतात, तर काही अजिबात हाती लागत नाहीत. मला लेखक होणे थोडेसे जमले; पण साधा खेळाडू काही होता आले नाही. क्रिकेटचा सामना दूरदर्शनवर पाहताना एखादा खेळाडू जेव्हा पराक्रम गाजवतो तेव्हा मला त्याचा हेवा वाटतो. वक्तृत्वाची कला थोडीफार साध्य झाली तरी साधे चित्रपटातले गाणे काही सुरेलपणे म्हणणे जमत नाही. आवाजच नाही तर काय करणार? एखाद्या लहानशा मैफलीत कोणी एखादे छान गीत गाऊन जरी दाखवले तरी मला त्याचा हेवा वाटतो आणि त्याचे कौतुकही वाटते. जे आपल्याला येत नाही ती कला दुसऱ्याला साध्य आहे, असे दिसले तर त्याचा हेवा करणे हा मनुष्यस्वभाव आहे, पण मला नुसता हेवा वाटत नाही, त्याचे कौतुक तर वाटतेच; पण त्या माणसासंबंधी मनात आदरभावही दाटून येतो. साप-नाग धरणाऱ्या इसमाबद्दल असाच आदरभाव माझ्या ठायी आहे, कारण ही कला मला अजिबात

अवगत नाही. एखाद्या चित्रात किंवा चित्रपटात जरी फडा काढून बसलेला नागोबा दिसला तरी माझे काळीज धडधडते. मला न जमणाऱ्या अनेक गोष्टी आहेत. सफाईदारपणे खोटे बोलून लोकांना बनवणे ही कला मला अजिबात साधलेली नाही. थोडे खोटे बोलायचे ठरविले तरी ऐन वेळेला माझी जीभ चाचरते आणि मी उघडा पडतो, म्हणून सफाईने, धादांत खोटे बोलणाऱ्या मंडळींबद्दल माझ्या मनात अतीव आदरभाव आहे. ती फार अवघड विद्या आहे, पण अशी मंडळी मला अधूनमधून भेटतात. पूर्वी त्यांच्या या कलेची नीटशी कल्पना न आल्यामुळे माझ्या खिशाला अनेक वेळा चाट बसली आहे. त्यांच्या या कलेचा आस्वाद घेणे बरेच खर्चिक आहे हे पुढे हळूहळू माझ्या लक्षात आले आणि आता शुद्ध निर्मळ कलास्वाद घेणे अशक्य झाले आहे.

या कलेत पारंगत असलेली मंडळी अर्थातच पैशाच्या विवंचनेत असतात आणि अगदीच नडले आहे म्हणून बिचारे तुमच्या घरी येऊन पैशासाठी हात पसरतात. अशा वेळी त्यांची मुद्रा अगदी दीनवाणी असते. बोलणेही अत्यंत आर्जवी आणि नम्रतेचे असते. एकदा कॉलेज विद्यार्थ्याच्या वयाचे एक चिरंजीव माझ्याकडे आले आणि नम्रतेने हात जोडून नमस्कार करून बसले. माझ्या कुठल्या तरी नातेवाइकाचे नाव सांगून केवळ निरुपायाने तुमच्याकडे आज आलो आहे अशी त्याने सुरुवात केली.

"काय काम आहे तुमचं?" मी विचारले.

"आज पंढरपूरला निघालो होतो–" त्याने करुण स्वरात सांगितले.

"बरं मग?"

"स्टँडवर आलो. बघतो तर गाडीला ही गर्दी. तसाच घुसलो आत. तिकीट काढायला म्हणून पँटच्या खिशात हात घालतो, तर पाकीट कुठंय? पाकीट गायब! सगळे पैसे पाकिटात. एक पैसा जवळ नाही. तसाच उतरलो खाली. काय करणार? आता काय करावं, कुणाकडे जावं... काही सुचेना. एकदम तुमचं नाव आठवलं. म्हटलं आपल्या मित्राचे मामाच आहेत. जाऊन निदान तिकिटापुरते पैसे मागावेत. तुम्ही काही नाही म्हणणार नाहीत."

"किती पैसे पाहिजेत?"

"जास्ती नकोत. तिकिटासाठी एक पंचवीस रुपये आणि वर थोडे– पाच एक रुपये बस्स. तीस रुपये पुरेत."

"ठीक आहे–" मी खिशातून पाकीट काढून दहा-दहाच्या तीन नोटा त्याच्या हातात ठेवल्या.

"हे घ्या."

त्याने तत्परतेने ते पैसे घेऊन खिशात ठेवले. त्याच्या तोंडावरून कृतज्ञता नुसती

ओघळत होती. भरल्या कंठाने तो म्हणाला, "आई आजारी आहे, म्हणून चाललोय एवढ्या गडबडीत; नाहीतर तुम्हाला त्रास दिला नसता. गेल्या गेल्या मनीऑर्डर करतो. याच पत्त्यावर करू ना!"

"हो... हाच पत्ता."

पुन्हा पुन्हा आभार मानून आणि गेल्या गेल्या मनीऑर्डर करण्याचे आश्वासन देऊन चिरंजीव उठले आणि निघून गेले. पुढचे काही सांगायला पाहिजे असे नाही. मनीऑर्डर तर नाहीच, पण ते चिरंजीव पुन्हा भेटलेही नाहीत. अवघ्या तीस रुपयांत एक मोलाचा धडा मला शिकवून त्याने सुंबाल्या केला.

असे प्रकार एक-दोनदा घडल्यावर मात्र एवढा भोळेपणा आणि उदारपणा आपल्या खिशाला परवडणारा नाही हे माझ्या लक्षात आले. मी सावध झालो, पण अशा मंडळींबद्दल मला वाटणारे कौतुक आणि आदरभाव मात्र मनात अजूनही टिकून आहे. किती नेटके खोटे बोलणे! केवढा सहजसुंदर अभिनय! माझ्या भोळेपणावर केवढा गाढ विश्वास! वा!...

अशा मंडळींचे बोलणे आता मला अगदी तोंडपाठ झाले आहे. ही मंडळी कुठेतरी प्रवासाला निघालेली असतात. प्रवासाचे कारणही महत्त्वाचे असते. याची आई किंवा बाप किंवा बहीण-भाऊ यांपैकी कोणीतरी अत्यवस्थ असते. अगदी आजच गेले तर त्यांची शेवटची गाठ पडण्याचा संभव असतो. एस.टी. स्टँडवर किंवा रेल्वे स्थानकावर जाईपर्यंत यांच्या खिशात भरपूर पैसे असतात, पण दुर्दैव बिचाऱ्यांचे! त्यावेळी नेमकी गर्दी भयंकर असते आणि त्या गर्दीत यांचे पाकीट कुणीतरी मारते. मग मात्र यांच्या खिशात दमडा शिल्लक नसतो. जाणे तर प्राप्त असते, पण या लोकांची स्मरणशक्ती अत्यंत तल्लख. त्यांना बरोबर आपले नाव आठवते. एरवी त्यांचा आपला काही संबंध नसतो, पण आपण मोठी माणसे असल्यामुळे आपले नाव त्यांना बरोबर आठवते. अशा प्रसंगी करतील तर हेच मदत करतील या विश्वासाने ते आपल्याकडे येतात. पैसे परत करण्याचे वचन देण्यास ते चुकत नाहीत. त्यासाठी आपला पत्ताही ते पुन्हा एकदा नीट लिहून घेतात आणि मग पैसे खिशात पडल्यावर अत्यंत गहिवरलेल्या मुद्रेने ते आपला निरोप घेतात. त्यानंतर मात्र ते पुन्हा कधीच आपल्याला भेटत नाहीत.

अशी टोप्या घालणारी मंडळी अनेक वेळा मला भेटली. त्यांच्याबद्दल मला आदर आणि कौतुक वाटले तरी माझ्या खिशाला ते परवडण्याजोगे नाही, म्हणून आदराच्या पलीकडे न जाण्याची दक्षता हल्ली मी नेहमीच घेतो.

परवाच एक पंचवीस-तीस वर्षांचे तरुण थोर पुरुष माझ्या घरी आले. नमस्कार करून न सांगताच खुर्चीवर बसले. आपले नाव सांगून त्यांनी स्वत:चा थोडा अधिक परिचय करून दिला. त्यांची ती करुण मुद्रा, बोलण्यातील आर्जव बघून माझ्या

ध्यानात सर्व काही आलेच, तरी मी त्यांना विचारले.

"बरं, काय काम आहे आपलं?"

तो तरुण महात्मा मान खाली घालून नम्रतेने बोलला, "अगदीच अडचण आहे म्हणून आलोय–"

"तुम्ही गावाला निघालाय का?" मी लगेच प्रश्न केला. त्याने होकारार्थी मान हलवली.

"कोण आजारी आहे तुमचं?"

त्याने आश्चर्याने डोळे विस्फारले.

"तुम्हाला कसं कळलं? बहीण आजारी आहे–"

"स्टँडवर तुमची चोरी झाली असणार– बहुतेक कुणीतरी पाकीट मारलंय. मी नक्की सांगतो."

"हो, पण तुम्हाला काय माहीत?"

"आता खिशात अजिबात पैसे नाहीत ना?"

"अजिबात नाहीत."

"म्हणून तुम्ही माझ्याकडे आलात. फक्त भाड्यापुरते पैसे पाहिजेत. असंच ना?"

हळूहळू आपण जी गोष्ट सांगणार होतो तीच हा माणूस आधीच भराभरा बोलतोय हे ऐकून त्याची मुद्रा थोडी बदलली. एकदम आश्चर्याचा तवंग त्याच्या मुखमंडलावर पसरला.

"किती पैसे पाहिजेत?" मी निर्विकारपणे विचारले. त्याची मुद्रा पुन्हा करुण झाली.

"पन्नास एक रुपये पाहिजेत. गेल्याबरोबर मनीऑर्डर–"

"ती तुम्ही करालच–" मी शांतपणे म्हटले. "मला त्याची खात्रीच आहे. आपण असं करू. मी एस.टी. स्टँडवर तुमच्याबरोबर येतो. माझंही थोडं काम आहेच. तुम्हाला पैसे मी देत नाही. तुम्ही गाडीत बसा. मी तिकीट काढून तुमच्या हातात देतो. चालेल ना? चला–" मी उठून कपडे करायला सुरुवात केली.

मग मात्र तो गडबडला. जरा चुळबुळ करीत म्हणाला, "तुम्हाला कशाला उगीच त्रास, मी काढीन ना तिकीट."

मी नकारार्थी मान हलवली.

त्याने क्षणभर विचार केला, मग एकदम उठला. "मग माझं सामान घेऊन येतो मी स्टँडवर–"

"या लवकर. मी स्टँडवर आहेच."

तो थोर माणूस ताबडतोब हलला. अदृश्य झाला. मी स्टँडवर अजिबात गेलो

नाही. तोही पुन्हा माझ्याकडे फिरकला नाही. बहुधा तो दुसऱ्या ग्राहकाकडे गेला असावा.

जळगावला माझे एका बँकेच्या वाङ्मय मंडळात व्याख्यान होते. त्यावेळी माझ्या खिशात भाड्यापुरते पैसे होते. उगीच कुणाला तोंड वेंगाडायचे? बँकेने मानधन दिले की, परतीचा खर्च आपोआप भागेल असा माझा साधा हिशेब होता. जळगावला मराठीच्या एका ज्येष्ठ प्राध्यापकाकडे उतरलो. त्यांनी माझे उत्तम आदरातिथ्य केले. व्याख्यान वगैरे सगळे झाले, पण बँकेच्या मंडळींनी माझ्या हातात एक चेक ठेवला. माझी मोठी पंचाईत झाली. मी परत निघालो तेव्हा स्टँडपर्यंत प्राध्यापक-महोदय मला पोहोचवायला म्हणून आले. आता काही इलाजच नव्हता. शेवटी धीर करून मी म्हटले, ''अहो, गंमत झालीय, मी जास्त पैसे आणायचं विसरलोय—''

प्राध्यापक मित्रांनी माझ्याकडे एकवार पाहिले.

''बरं मग?''

''अन् बँकेच्या लोकांनी चेक दिलाय. तिकिटालासुद्धा पैसे नाहीत माझ्याजवळ.'' माझी मुद्रा आपोआपच करुण झाली असावी. त्यांनी एकदा माझ्याकडे पाहिले.

''जास्त नकोत. तिकिटापुरते पुरेत. गेल्यानंतर परत करतो.''

आमच्या प्राध्यापक स्नेह्यांनी खिशातून पाकीट काढून मुकाट्याने तिकिटाचे पैसे माझ्या हातावर ठेवले. म्हणाले, ''घ्या, परत करायची काही घाई नाही.''

मी त्यांचे आभार मानले आणि एक मोठा सुस्कारा सोडून गाडीत बसलो. घरी परत आलो. ते पैसे इतके थोडे होते की, परत करायचे पार विसरून गेलो!

अजूनही ते पैसे मी त्यांना दिलेले नाहीत. मला ते काय समजत असतील?

वाचनाचे दुष्परिणाम

'ग्रंथ हेच आपले गुरू होत' असे शहाणी माणसे नेहमी सांगत असतात. पुस्तके हे आपले खरे मित्र. ते आपल्याला खरेखुरे मार्गदर्शन करतात. त्यांच्या सहवासात जो आनंद मिळतो तो इतरत्र कुठेही मिळत नाही, म्हणून माणसाने नेहमी पुस्तकांच्या सहवासात राहावे, असेही ही ग्रंथप्रेमी मंडळी अट्टहासाने सांगत असतात. त्यांचे म्हणणे मला तरी फारसे पटत नाही. पुष्कळदा पुस्तक वाचण्याच्या या हव्यासाने दुष्परिणामही होतात. (आपल्या महाराष्ट्र शासनाला माझे हे सांगणे आधीच पटलेले आहे. शाळा सुरू होऊन सहा-सहा महिने, वर्ष झाले तरी मुलांच्या हातात पाठ्यपुस्तके पडणारच नाहीत याची दक्षता शासन गेली अनेक वर्षे घेत आहे. मग 'ग्रंथ हेच आपले खरे गुरू होत' असे शिक्षकमंडळीही मुलांना सांगू शकत नाहीत. उलट तूर्त तरी 'गुरू हेच आपले ग्रंथ होत' असे ते कौतुकाने मुलांना सांगून काम भागवतात.) पुस्तक वाचनाचे खरोखरच वाईट परिणाम होतात. माझीच गोष्ट घ्या ना. अगदी लहानपणीच

मला वाचनाचा नाद लागला. त्याचे अनेक तोटे झाले. त्या काळात हातात येईल ते पुस्तक वाचून संपवण्याचा धडाका मी सुरू केला, त्यामुळे अभ्यास या गोष्टीकडे माझे कसलेच लक्ष राहिले नाही. एखादी मोठी कादंबरी किंवा रहस्यकथा वाचण्यासाठी रात्ररात्र जागून मी तिचा फडशा पाडी, त्यामुळे मी सतत घरच्या लोकांची बोलणी खाल्ली. एखादा करुण प्रसंग वाचला की, मला रडू येई आणि एखादी विनोदी कथा वाचली की, बराच वेळ मला खुदुखुदु हसू येई. त्यातील विनोद आठवून आठवून मी हसत बसे, त्यामुळे मी म्हणजे एक भ्रमिष्ट मुलगा आहे असा घरच्या लोकांचा पक्का ग्रह झाला होता. हा पोरगा वाया जाणार असे त्यांना ठामपणे वाटत होते. ते त्यांचे म्हणणे अनुभवान्ती पुढे खरेही ठरले. जन्मभर मास्तरकी करून आणि लेखक होऊन मी आयुष्य फुकट घालवले. कसलीही प्राप्ती करता आली नाही.

मराठी सातवी नापास झालेला माझा एक बालमित्र मला नेहमी म्हणायचा, ''अरे तुझे वडील वकील आहेत. तूपण वकील हो ना.''

''म्हणजे काय होईल?''

''अरे, तू वकील झालास की, मी तुझा कारकून होईन. तुझ्याबरोबर मलाही चार पैसे मिळतील. आजकाल वकिलाबरोबर त्याच्या कारकुनालाही चांगला पैसा मिळतो.''

दुसरा एक बालमित्र मला नेहमी कळवळून सांगायचा, ''तू सरकारी नोकरीत शिर, मी सांगतो. मामलेदार हो. मामलेदाराला किती पावर असते तुला कल्पना नाही! अन् वरकड प्राप्ती दाबून असते. दोन-पाच वर्षांत आपलं घर बांधून होतं. बायकोला दागदागिने होतात. पोरं नाही शिकली पुढं तरी त्यांची जन्माची सोय होते. तू ऐक माझं–''

पण मित्रांचा हा बहुमोल सल्ला मला काही पटला नाही. मी वकील झालो नाही आणि सरकारी नोकर तर मुळीच झालो नाही. जन्मभर पैशाच्या विवंचनेत राहिलो. मास्तर झाल्यावर आणि लेखक होण्याची महत्त्वाकांक्षा बाळगल्यावर दुसरे काय होणार? हा सगळा वाचनाचा परिणाम!

पुस्तक वाचनाचे असे अनेक तोटे झाले. शाळकरी वयात केव्हातरी एकदा मी नारायण हरी आपटे यांचे 'सुखाचा मूलमंत्र' हे पुस्तक वाचले. त्यातील उपदेशाचा माझ्या दुबळ्या मनावर विलक्षण परिणाम झाला. चहा पिण्याचे सोडून दिले. घरी दूध मिळण्याची सोय नव्हती, त्यामुळे धड चहा नाही आणि दूधही नाही अशी माझी अवस्था झाली. त्यातून धडा घेऊन मी कॉफी प्यायला सुरुवात केली. केवळ लोकांची सोय व्हावी म्हणून. त्याचाही फायदा झाला नाही. अनेक ठिकाणी कॉफीच्या नावाखाली कसले तरी काळे कडू पाणी काढ्याप्रमाणे प्यायची वेळ येई. काही ठिकाणी तर काहीच मिळत नसे. लग्नाच्या बाजारात उभा असताना मुली पाहायला जाण्याचे प्रसंग पुढे अनेक वेळा आले. मी चहा पीत नाही हे सांगितल्यावर त्या

घरातली माणसे डोळे विस्फारून माझ्याकडे टकमक पाहत राहत आणि मला शरमल्यासारखे होई. 'हा कसला नवरा मुलगा? त्याच्या तावडीत आपली मुलगी सापडली तर तिचे वाटोळेच होणार' असा भाव मला त्यांच्या दृष्टीत स्पष्ट दिसत असे, पण नंतर कॉफी तरी मिळत असे. एकदा तर पुण्यात एक मुलगी पाहण्यासाठी गेलो असताना एकदम चहा घेऊन मुलगीच समोर आली. मी संकोचाने म्हणालो, "चहा... चहा नाही घेत कधी मी–"

जमलेली सारीच मंडळी माझ्याकडे चकित होऊन पाहू लागली. मुलीचे पेन्शनर वडील आश्चर्यचकित मुद्रेने मला म्हणाले, "चहा नाही घेत?"

"नाही घेत."

"म्हणजे अजिबात नाही घेत?"

"कधीच नाही घेत." मी मान हलवली. आता "मग काय कॉफी घेणार काय?" असे विचारतील असे वाटले, पण त्यांनी तो प्रश्न विचारलाच नाही. अगदी निरुपाय झाल्यासारखी मुद्रा करून ते म्हणाले, "बरं मग आम्ही घेतो चहा–" आणि सगळ्या मंडळींनी माझ्यासमोर शांतपणे तो चहा ढोसला. मला कॉफी वगैरे काही विचारलेच नाही. अर्थात त्या मुलीला नकार देऊन मी माझा राग शांत केला हे निराळे, पण असली पुस्तके वाचली नसती तर सरळ चहा प्यायलो असतो आणि माझे लग्न लवकर झाले असते. इतरांच्या चमत्कारिक नजराही मला टाळता आल्या असत्या.

पुस्तकाच्या वाचनाचे असे अनेक तोटे आयुष्यात आले. वैद्यकीय विषयातले एखादे पुस्तक वाचले आणि त्यातील निरनिराळ्या रोगांची लक्षणे वाचू लागलो की, माझी छाती धडधडू लागे. ही सर्व लक्षणे आपल्यामध्ये आहेत आणि आपल्याला हा रोग नक्कीच आज ना उद्या होणार असे खात्रीने वाटू लागे. पटकी, कावीळ, रक्तदाब, हृदयविकार, कर्करोग या सगळ्या रोगांची लक्षणे एकाच वेळी आपल्या शरीरात कशी याचे मला आश्चर्य वाटे. यातला एक तरी रोग नक्की आपल्या शरीराला ग्रासणार आणि आपण लवकर मरणार याबद्दल माझी खात्री होई आणि कित्येक तास दुसरे काही सुचत नसे. भुताखेतांच्या आणि खून-दरोड्याच्या अद्भुत कथा किंवा रहस्यकथा त्यावेळी वाचताना मजा वाटली, पण तेव्हापासून मला आयुष्यभर भुतांची आणि चोरांची जी भीती बसली ती अजून जात नाही. घरी एकटा झोपायला मी मनातून घाबरतो. एकदम एखादे भूत आले तर?... असे मला वाटून जाते आणि मनातल्या मनात माझा थरकाप होतो. चोरांचीही भीती वाटते. तसे पाहिले तर चोरांना आकर्षण वाटावे असे माझ्या घरात फारसे काही नाही आणि खून होण्याचे माझे आता वय तरी आहे का?... पण भीती वाटते खरी. हा सगळा त्या वाचनाचा घातक परिणाम!

प्राध्यापक झाल्यावर वाचनाची सवय नाहीशीच होते. निदान आपल्याकडे तशी

चाल आहे. माझीही प्राध्यापक झाल्यावर वाचनाची हाडामाशी खिळलेली सवय बरीचशी सुटली. त्यामुळे नंतर आयुष्य पुष्कळ सुखासमाधानात गेले, पण या बाबतीत आदर्श प्राध्यापक मला कधीच होता आले नाही. मधूनमधून तरी वाचन करण्याची दुष्ट खोड माझा सतत पिच्छा पुरवीत असे. काही प्राध्यापक या बाबतीत अगदी अनुकरणीय होते. एम. ए.ची परीक्षा उत्तीर्ण होताना त्यांनी जे काही निरुपायाने वाचले असेल तेवढेच!... नंतर पाठ्यपुस्तकापेक्षा अन्य काही जन्मात त्यांनी वाचले नाही. माझे एक प्राध्यापक मित्र याबाबत आदर्शच होते. ते पाठ्यपुस्तकही कधी नीटसे वाचीत नसत. एका तासाला ते कादंबरीचे कथानक मुलांना ओघवत्या वाणीने सांगत असत आणि पुढच्याच तासाला म्हणत, "अरे, मागच्या तासाला मी ती त्याची बहीण असते असं सांगितलं का? ती बहीण नसते बरं का त्याची! हो, ती प्रत्यक्ष बायकोच असते. मी जरा सांगायला चुकलोच. तर पुढे काय होतं..."

—असे आयुष्य असावे. वाचण्याची कसलीही दुष्ट खोड लावून घेऊ नये. मनुष्य सुखी होतो. ते आमचे प्राध्यापक मित्र खरोखरीच सुखी होते. मला त्यांचा हेवा वाटत असे.

परवाच आमचे अभ्यासू समीक्षक मित्र श्री. शंकर सारडा यांच्या एका पुस्तकाचे प्रकाशन करण्याचा योग पुण्यात आला. अर्थात त्या निमित्ताने थोडेसे बोलणे भागच होते. पुस्तक न वाचताच त्यासंबंधी सफाईने बोलणे ही कला फार श्रेष्ठ आहे. काहींना ती उत्तम अवगत असते, पण मला ते अजिबात जमत नाही, म्हणून कार्यक्रमाच्या आधी मी ते पुस्तक घाईघाईने वाचून काढले. 'दूर देशचे प्रतिभावंत' हे त्या पुस्तकाचे नाव. पाश्चात्त्य देशांतील अनेक प्रख्यात लेखक-कवी, तत्त्वज्ञ यांचे थोडक्यात चरित्र आणि त्यांच्या लेखनगुणांचे वैशिष्ट्य त्या पुस्तकात सांगितले आहे. हरे राम! ते पुस्तक वाचून काढल्यावर पुन्हा एकदा माझे मन निराशेने काळवंडून गेले. त्यातील जवळजवळ प्रत्येक पाश्चात्त्य प्रतिभावंत हा विचित्र आणि तऱ्हेवाईक आयुष्य जगला, असेच हे पुस्तक मला सांगत होते. शोपेनहावर हा तत्त्वज्ञ शेवटपर्यंत गृहहीन, अविवाहित आणि पुत्रहीन अवस्थेत राहिला आणि तसाच मरण पावला. वर्षानुवर्षे तो एका हॉटेलात एकटा राहत होता म्हणे. नित्शे हा तत्त्वज्ञ मारे माणसाने 'सुपरमॅन' झाले पाहिजे अशा गप्पा मारायचा, पण प्रत्यक्षात तो लुकडा, दुबळा आणि खंगलेला होता. वेश्यावस्तीत जाणे, दारू पिणे आणि मनसोक्त धूम्रपान करणे हाच त्याचा नित्याचा क्रम. शेवटी मनोरुग्ण म्हणून तो रुग्णालयात दाखल झाला आणि तेथेच मरण पावला. त्या मनोरुग्णावस्थेत त्याने जी काही टिपणे लिहून ठेवली आहेत, त्यात आपल्या बहिणीशी आपला संबंध होता याची त्याने कबुली दिली आहे. एका प्रतिभावंताने लग्न झाल्यावर पहिल्याच रात्री आपल्या बायकोला सांगितले, "आपले मनोमीलन झाले पाहिजे. त्यासाठी पाच वर्षे आपण

थांबू या. मग शारीरिक संबंधाचा विचार करू.'' ती बिचारी बायको पाच वर्षे थांबली. पाच वर्षांनी त्याने आणखी काही दिवस थांबायला सांगितले. शेवटी त्या बिचारीने सरळ घटस्फोट घेतला आणि दुसरे लग्न करून ती मोकळी झाली. लॉर्ड बायरन नावाचा कवी तर जगप्रसिद्ध. असे म्हणतात की, शेक्सपीयरच्या खालोखाल कवी म्हणून तोच सर्वांत लोकप्रिय. हे महाशय वयाच्या नवव्या वर्षीच कामशास्त्रात तरबेज झाले. त्याच्या दाईनेच त्यांना ही महत्त्वाची विद्या शिकवली. दोनशेपेक्षा जास्त स्त्रियांशी आपला संबंध आला होता असे बायरनने स्वत:च सांगितले आहे. तिसरे एक प्रतिभावंत वाटेल तसे बोलत. कोल्ह्याच्या तोंडासारखी त्यांनी दाढी राखली होती आणि एकाच कानात एक डूल घालून ते हिंडत असत. आणखी एक प्रख्यात प्रतिभावंत कवी निव्वळ कर्जबाजारी होते. लोकांकडून पैसे उकळणे आणि ते मिळाल्यावर त्यांनाच शिव्या देणे हा या कवीचा मुख्य उद्योग. असे अनेक प्रतिभावंत लोक मला या पुस्तकात भेटले. टी. एस. इलियट हा आधुनिक कवी तर, आपण फार कामात आहोत असा सतत आव आणीत असे. आपण आहोत त्यापेक्षा म्हातारे दिसावे, अशी तो काळजी घेई आणि कधीकधी तोंडाला हिरवा रंगही लावी.

थोर प्रतिभावंतांच्या या अद्भुत हकिकती वाचल्यावर कुणाचेही डोके गरगरल्याशिवाय कसे राहील? माझेही डोके गरगरलेच, पण त्याशिवाय माझा आणखीही एक भयंकर तोटा झाला. माझी पाच-पंचवीस पुस्तके आतापर्यंत प्रसिद्ध झाली आहेत. त्यांचा खपही बरा झाला. मधून-मधून स्तुती करणारे वाचकही भेटतात, त्यामुळे माझा स्वत:बद्दल एक गोड गैरसमज झाला होता. आपणही प्रतिभावंत लेखक आहोत असे मला अधूनमधून वाटत होते. निदान काही वेळेस तशी शंका तरी माझी मला येत असे. तो माझा गैरसमज या वाचनाने पार नाहीसा झाला. प्रतिभावंतांची जी अनेक लक्षणे या पुस्तकात मला आढळली त्यातले एकही आपणात नाही, हे माझ्या लक्षात आले आणि आपण प्रतिभावंतांच्या कळपापैकी नाही, पुढेही होण्याची शक्यता नाही हे ध्यानात घेऊन मन उदास उदास झाले. हा सगळा वाचनाचा परिणाम! हे पुस्तकच जर माझ्या वाचनात आले नसते तर? मी प्रतिभावंत आहे या भ्रमात मी अखेरपर्यंत राहिलो नसतो का?

असो, झाल्या गोष्टीला काही इलाज नाही. मुद्दा एवढाच की, वाचनाची ही सवय एकूण वाईटच! माझ्या एका शहाण्या मित्राची गोष्ट सांगतो. तो भरमसाठ सिगारेटी ओढत असे. पुष्कळांनी सांगितले पण त्याची ही सवय काही सुटली नाही. शेवटी त्याच्या एका डॉक्टर स्नेह्याने त्याला एक पुस्तक वाचायला दिले. म्हणाला, '' हे पुस्तक तू एकदा तरी वाच. धूम्रपानाने किती अनिष्ट परिणाम होतात हे या पुस्तकात छान सांगितलं आहे. तू एकदा वाच, बस्स! ताबडतोब तू सिगारेट सोडलीस म्हणून समज!''

त्या डॉक्टर स्नेह्याच्या आग्रहाखातर आमच्या या मित्राने ते पुस्तक नेले आणि केव्हातरी ते वाचून टाकले. नंतर काही दिवसांनी तो मित्र त्याला पुन्हा भेटला. त्याने अगदी उत्सुकतेने विचारले, ''काय रे, वाचलंस का? कसं वाटलं?''

माझ्या मित्राने गंभीर मुद्रेने सांगितले, ''वाचलं ना! काय भयंकर लिहिलंय रे त्यात! छट्!...सोडलं हं, आपण तेव्हापासून अगदी कायमचं सोडलं...''

डॉक्टर स्नेही आनंदाने म्हणाले, ''सोडलंस ना धूम्रपान? छान? मी तरी तुला तेच सांगत होतो...''

मित्र मान हलवून बोलला, ''नाही, नाही. धूम्रपान नाही सोडलं! वाचायचं सोडलंय तेव्हापासनं! छे! छे! असलं वाचन फार वाईट, फार त्रास होतो बुवा!''

□

हॉटेलात राहण्याचे सुख

तुम्ही-आम्ही सर्वजण घरात राहतो. घर स्वत:चे असेल, नाहीतर भाड्याचे असेल, पण ते आपले घर असते. आणि नाही म्हटले तरी सततच्या सहवासाने त्या वास्तूबद्दल आपल्या मनात जिव्हाळा निर्माण झालेला असतो. हॉटेलात राहण्याचे प्रसंग येतातच कशाला? आपण सामान्य माणसे आहोत. जे प्रवास करतात त्यांना हॉटेलात, लॉजमध्ये राहण्याचा प्रसंग येतो. आपण प्रवास असा कितीसा करणार? आणि केला तरी आपण आपल्या नातेवाइकांकडे उतरतो. ते नसलेच तर एखाद्या धर्मशाळेत, नाहीतर एखाद्या मठात. हॉटेलात कशाला राहतो? हॉटेले आपण लांबून पाहिलेली असतात. तेथे राहणे फार महागडे काम आहे एवढेच आपल्याला माहीत असते. चुकून एखाद्या वेळी तशा हॉटेलात एखाददुसरा दिवस राहण्याचा योग आलाच तर तेथील थाटमाट, नोकरांची धावपळ, खोलीतले सामानसुमान हे पाहून आपण दिपून जातो. या हॉटेलात राहणारी माणसे किती भाग्यवान! येथे राहण्यात काय मजा आहे! असे विचार

आपल्या मनात येत राहतात.

तुमच्या मनात असे विचार येतात की नाही, हे मला माहीत नाही, पण पूर्वी माझ्या मनात मात्र नेहमी यायचे. मला या हॉटेलनिवासी भाग्यवंतांचा फार हेवा वाटायचा एवढे खरे.

केव्हातरी हॉटेल पाहण्याचा योग मला यायचा. तेथील खोल्या, आतील स्वच्छ चादरी घातलेल्या कॉट्स, पंखा, कपाटे, टेबलखुर्ची, आरसे हे सर्व दृश्य मला विलोभनीय वाटायचे. (काही खोल्यांना स्वतंत्र बाथरूम असते आणि तेथे शॉवरच काय, पण आपोआप गरम पाणीही येते हे पाहून तर पहिल्यांदा मी चकित झालो होतो.) खरोखरीच अशा खोल्यांत राहणाऱ्या सुखी मंडळींचा मला हेवा वाटायचा. आपल्याला असे कधी ऐटीत राहण्याचा योग येईल का?– असे वाटायचे, कारण आमच्या घरात यातले फारसे काहीच नव्हते. आमच्या घरात एक जुने मोडके टेबल आणि डगडग हलणारी एक जुनाट खुर्ची सांदीकोपऱ्यात कोठेतरी होती, पण तिचा उपयोग आम्ही कधीच केला नाही. करण्यासारखे काही नव्हतेच! कॉट नावाचा प्रकारही मी प्रत्यक्ष झोपून अनुभवला नव्हता. सुरुवातीला जरी कॉटवर शांत झोपलो तरी मी रात्री केव्हातरी धाडकन् खाली आपटायचो! पांघरुणे सर्व भांवडांत मिळून दोन-तीन होती. बाथरूम नावाची गोष्ट तर फार लांबचीच! प्रत्येकाला स्वतंत्र टॉवेल ही श्रीमंती ऐट आम्ही करू शकत नव्हतो. मग हॉटेलातील सुखी मंडळींचा हेवा वाटू नये तर काय व्हावे?

आता अलीकडे खूप प्रवास घडतो. अनेक वेळा नारदमुनीसारखा मी सतत हिंडतच असतो. हॉटेल, लॉज, शासकीय विश्रामगृह अशा विविध ठिकाणी उतरतो. उतरावेच लागते, कारण गावात पुष्कळदा उतरण्यासारखी सोय दुसरी फारशी नसतेच. कथाकथन, व्याख्याने, इतर काही निमित्त, पण प्रवास घडतोच आणि अशा ठिकाणी राहावेच लागते. चित्रपटलेखनाच्या निमित्ताने तर महिना-महिना राहावे लागते. माझी लहानपणीची सुप्त महत्त्वाकांक्षा आता भरपूर पूर्ण झाली आहे. कुणाचा हेवा वाटावा असे काही राहिलेले नाही. उलट माझे मित्र थट्टेने मला म्हणतात, "महिना-महिना तू हॉटेलात राहतोस? अरे वा! चैन आहे बुवा तुझी. आमच्या नाही सालं हे नशिबात! आम्ही आपलं घर एके घर...!"

पहिल्या-पहिल्यांदा मलाही तसेच वाटायचे. आपली काय चैन आहे! नोकरचाकर हॉटेलचे असले तरी आपण म्हणू ते काम करतात. येथे काय घंटा वाजवली किंवा बटण दाबले की, हॉटेलचा चाकर सेवेसाठी दाराशी हजर! सांगेल ते आणून देईल, पडेल ते काम करील. आणखी काय पाहिजे? आपण नुसते कॉटवर लोळत पडायचे. सुख सुख म्हणतात ते आणखी निराळे काय असते?

आता माझा हा भ्रम पुष्कळसा दूर झाला आहे.

अनुभवाने पहिली गोष्ट माझ्या लक्षात आली आहे की, आपल्याला अशी सुख देणारी हॉटेले जगतीतलावर जवळजवळ अस्तित्वात नाहीत. मोठ्या शहरातील हॉटेले काय आणि जिल्ह्याच्या, तालुक्याच्या गावातील थोडी लहान हॉटेले काय, गुणवत्तेत सर्व सारखीच असतात. काही फरक नाही. माझे तरी नशीब पाहा ना. मला कुठेही गेले तरी बहुधा तिसऱ्या मजल्यावरची खोली मिळते. लिफ्ट नावाचा प्रकार क्वचित एखाद्या ठिकाणी. मग तीन जिने चढायचे आणि उतरायचे. एकदा वर गेलो की, खाली येण्याची इच्छा होतच नाही. 'मॅनेजर' नावाचे संभावित गृहस्थ प्रत्येक ठिकाणी असतातच. मी जर गयावया करून त्यांना खालच्या मजल्यावरची खोली द्या, अशी विनंती केली तर ते शांतपणे सांगतात–

"तुम्ही काळजी करू नका साहेब! नुसती रूममधली बेल वाजवा बस्स! आमचा माणूस येईल आणि काय पाहिजे ते आणून देईल."

पहिल्या-पहिल्यांदा 'मॅनेजर' नावाच्या या माणसाबद्दल मला फार विश्वास वाटायचा. तो म्हणेल तसे असेल बहुधा. होईल सर्व व्यवस्था असे वाटायचे, पण अनुभवान्ती तो विश्वास आता खलास झाला आहे. बहुतेक हॉटेलात बेल वाजवली तरी लवकर कणी उगवतच नाही. आपण वारंवार बेल वाजवून शेवटी दमतो आणि नाद सोडून देतो. दुसरे काहीतरी करून वेळ भागवतो. मग बऱ्याच वेळाने, भक्ताची पूर्ण कठोर परीक्षा घेतल्यानंतर शेवटी परमेश्वराने प्रगट व्हावे तसा तो प्रकट होतो. मग गंभीर मुद्रेने विचारतो, "काय पाहिजे साहेब?"

एकदा तर तो इतका उशिरा आला की, आपल्याला काय पाहिजे होते हेच मला आठवेना. मला कदाचित चहा-कॉफी हवी असावी, पण बराच वेळ त्याची वाट पाहून, तीन जिने उतरून, खालच्या हॉटेलातली कॉफी पिऊन मी परतही आलो होतो. इतकेच नव्हे तर माझी दाढी-अंघोळही झाली होती. दुपारची चहा-कॉफी खाली जातानाच सांगून ठेवावी की काय असेही धूर्तपणे मला वाटून गेले, पण तसे सांगण्याचे धैर्य मला झाले नाही. एकदा तर मी दोन-तीन वेळा चहा-कॉफी सांगितल्यावर एका हॉटेलातील वेटर नावाच्या पोक्त माणसाने मला बजावूनच सांगितले– "काय पाहिजे साहेब, एकदाच सगळं सांगून टाका. मला पुन:पुन्हा वर येणं होत नाही."

त्याला त्रास दिल्याबद्दल मला वाईटच वाटले. खरं म्हणजे मी त्याची क्षमाच मागणार होतो, पण तो कामसू माणूस ताबडतोब निघून गेल्यामुळे ते राहिलेच!

सकाळच्या वेळी तर प्रत्येक खोलीतून घंटेचा गजर होत असतो आणि ही स्थितप्रज्ञ मंडळी शांतपणे काम करीत असतात. त्यांना कसलीच घाई नसते. हे चालायचेच! रोजचीच या मंडळींची ही कटकट आहे- असाच भाव त्यांच्या मुद्रेवर उमटलेला असतो.

खोलीला स्वतंत्र बाथरूम असली की, पूर्वी मला अगदीच आनंदीआनंद वाटायचा. बाथरूममध्ये सर्व सोयी असणारच असे तेव्हा मी गृहीत धरून चालत असे, पण आपल्या हॉटेलमधील प्रत्येक बाथरूमला स्वत:चे स्वतंत्र व्यक्तिमत्त्व असते. एका हॉटेलात बाहेरच्या मुख्य दरवाजालाच कडी लागत नव्हती, तर एका हॉटेलात माझ्या बाथरूमलाच आतून दार लावण्याची सोय नव्हती. बरोबर पत्नीसारखी महत्त्वाची व्यक्ती खोलीत असल्यामुळे दार तसेच लोटून अंघोळ करणे, हे सुसंस्कृतपणाचे दिसले नसते तरी पत्नीने तर अंघोळच करण्याचे नाकारले असते. शेवटी मी या संकटावर युक्ती शोधून काढली. तिला मी सांगितले, ''तू अंघोळ करून घे. मी दाराबाहेर कॉरिडॉरमध्ये पहारेकऱ्यासारखा उभा राहतो. अगदी खडा पहारा. तू काळजी करू नकोस.''

''आणि तुम्ही?''

''तेच करायचं. फक्त तू कॉरिडॉरमध्ये नको थांबू. खोलीत थांब म्हणजे झालं. तोपर्यंत मी घाईघाईने स्नान आटोपतो–''

ही युक्ती तिला पसंत पडली, कारण निरुपायच होता. अशा रीतीने आम्ही उभयतांनी त्या दिवशी त्या हॉटेलात मंगल स्नान करून दिवस साजरा केला.

अंघोळीसाठी बाथरूममध्ये पाणी नावाची गोष्ट सतत आवश्यक असते हेही हॉटेलवाले अनेकवेळा विसरतात. नळ सोडून पाहावा तर सर्वत्र ठणठणाट असतो. काही वेळेला तर स्थानिक म्युनिसिपालिट्या फार विनोदी पद्धतीने वागतात. पाण्याची वेळ झाली तरी नळाला पाण्याचा पत्ता नसतो. विजेचे दिवे जातात, त्यामुळे अंधारात बसण्याचा आनंद तर काही वेळा मिळतोच, पण पाणी वरच्या टाकीत न चढल्यामुळे त्या दिवशी टाक्याही रिकाम्या झालेल्या असतात. सर्व हॉटेलभर हाहाकार माजलेला असतो. या सामुदायिक दुःखात आपल्या वैयक्तिक दुःखाचे महत्त्व ते काय? नळाला थंड पाणी, गरम पाणी अशा वेगवेगळ्या तोट्या असल्या तरी गरम पाण्याच्या. तोटीतून गरमच पाणी येईल याची मुळीच शाश्वती नसते. त्यातूनही गारच पाणी येते आणि सर्वसमभावाचा आनंदही अनेक वेळा मिळतो. बाथरूममध्ये शॉवर नावाची वस्तू फार धोकादायक असते. ती जर डोक्यावर दिसली तर फार जपून हालचाल करावी लागते. कारण कुठली तोटी फिरवली की शॉवरचा वर्षाव सुरू होईल याची खात्री नसते. एखाद्या बेसावध क्षणी अचानक शॉवरच्या पाण्याचा वर्षाव सुरू होतो आणि तुम्ही सचैल स्नान केल्याचे पुण्य पदरात पाडून घेऊ शकता. दिल्लीच्या एका हॉटेलात तर एकदा डोक्यावरचा संपूर्ण पंखाच धाडकन खाली कॉटवर पडला. सुदैवाने मी त्यावेळी कॉटवर नव्हतो. खोलीच्या बाहेर होतो. नाही तर हा लेख लिहिणे जरा कठीणच गेले असते, कारण कपाळमोक्ष होण्याइतका तो पंखा जड आणि मोठा होता.

चित्रपट-लेखनासारखे महिना महिना चालणारे काम घरी करता येत नाही. त्याला शांतपणा, निवांतपणा लागतो. हॉटेलमध्ये स्वतंत्र खोली घेतली की, हा शांतपणा मिळतो अशीही माझी कित्येक दिवस समजूत होती, पण अनुभवाने आता तीही नाहीशी झाली आहे. हॉटेलातही सतत दुरुस्त्या, मोडतोड हे प्रकार चालत असतात. बाहेरही सतत कसलेतरी आवाज होतच असतात. विशेषत: शेजारी नावाचा प्राणी हा आपल्या घरापाशी जसा असतो तसाच हॉटेलातही असतो. आसपासच्या खोलीत राहणारे हे आपले तात्पुरते शेजारीच असतात. त्यांच्या नाना उद्योगांचाही आपल्याला ताप होतच असतो. एकदा कोल्हापूरला एका चित्रपटाचे चित्रीकरण चालले होते. आम्ही रात्रीचे चित्रीकरण संपवून रात्री तीन वाजता हॉटेलवर आलो. आता सकाळी दहापर्यंत चांगली ताणून द्यायची असा विचार. तास-दोन तास पडलो असेल नसेल, तेवढ्यात दाणदाण करून कुणीतरी दार ठोठावले. चडफडत मी उठलो. दार उघडले. बघतो तो दारात हॉटेलचा पोरगा उभा. तो म्हणाला, "शेजारच्या खोलीत नवरा, बायको, पोरं हैत, साहेब रातीच आल्यात–"

"बरं मग?" मी विचारलं.

"आत्ता लगीच आंघोळी करून त्यांना लग्नाला जायचंय–"

"माझी हरकत नाही, त्यांना लग्नाला जायला–" मी मान हलवली. "खुशाल जा म्हणावं–"

"तसं नाही साहेब–"

"मग?"

"त्यांच्या बाथरूममधला नळ बिघडलाय. तिथं पाणीच येत नाही. तुमच्या बाथरूममधील पाणी नेऊ का?"

लग्नासारख्या मंगल प्रसंगी स्नान करून कार्यालयात जाणे हे केव्हाही योग्यच! मी नाही कसा म्हणणार!

"ने बाबा, खुशाल ने."

नंतर दोन तास माझ्या खोलीतून ती मंडळी बादल्या भरभरून पाणी नेत होती आणि मी चुरचुरणारे डोळे पुसत त्यांच्या या उद्योगाकडे असाहाय्यतेने पाहत होतो. काय सांगायचं!

पुण्यातल्या एक हॉटेलात असाच रोमहर्षक प्रसंग घडला. मी चित्रपटकथा लिहीत होतो तेवढ्यात दार वाजले. दार उघडल्याबरोबर चार-पाच मंडळी आत घुसली. त्यांच्या हातात काठ्या, सळई. मी घाबरलोच. त्यात हॉटेलचे नोकर होते आणि काही अनोळखी चेहरे होते. ती मंडळी शेजारच्या खोलीत उतरली होती. त्यांची लहान मुलगी खोलीत अडकली होती. तिने आतून कडी लावली होती आणि आता तिला ती उघडता येत नव्हती, तिचे रडणे चालू होते. माझ्या खोलीच्या

व्हरांड्याला त्यांच्या खोलीची एक खिडकी आणि दार जवळ होते. त्यातून काठी घालून दार उघडण्याचा प्रयत्न बराच वेळ चालू होता. तासाभराच्या प्रयत्नानंतर त्यांना यश आले आणि कडी एकदाची निघाली बुवा. तोपर्यंत अनेक मंडळींनी माझ्या खोलीचा कब्जा घेतला होता. लेखन हा प्रकार अशक्यच होता.

सारांश काय, हॉटेल ही वस्तू आपल्या घरासारखीच असते. घरात आपण अनेक अडचणी सोसून राहतोच ना. तसेच हॉटेलातही! 'होम अवे फ्रॉम होम' हे हॉटेलचे ब्रीदवाक्य अगदी खरे आहे.

□

थापा मारण्याची कला

कुठल्याही कलावंताबद्दल मला भलताच आदर वाटतो. अहो, कलावंत होणे ही गोष्ट सोपी आहे का? ती कला अवगत करून घेण्यासाठी त्याला खूप तपश्चर्या करावी लागते. अपार कष्ट घ्यावे लागतात. त्या कलेतले शेवटचे टोक गाठावे लागते. अभ्यास तर करावा लागतोच, पण या क्षेत्रात स्वत:चे नवे असे काही संशोधन करावे लागले. काही नवे सिद्धांत मांडावे लागतात. त्यासाठी प्रतिभा किंवा कल्पकता ही दैवी देणगी असावी लागते. आपली कला नित्यनूतन ठेवण्यासाठी सतत सराव ठेवावा लागतो. असे सगळे असले तरच तो खऱ्या अर्थाने 'कलावंत' या पदवीला प्राप्त होतो. म्हणून 'कलावंत' या प्राण्याबद्दल माझ्या मनात नेहमीच अतीव आदरभाव असतो. काही वेळा तर पूज्यबुद्धीही असते असं म्हटले तरी चालेल.

आपल्याकडे दुर्दैवाने काही काही कलांना समाजात अजिबात प्रतिष्ठा नाही, याचे मला मनस्वी वाईट वाटते. काही कलांना भलतीच प्रतिष्ठा मिळाली आहे. संगीत,

चित्रकला, नाट्य, लेखन, क्रिकेट, टेनिससारखे परदेशी खेळ... या कलांचा डौल काही वेगळाच! त्यांना प्रसिद्धीही मिळते आणि पैसाही मिळतो. 'नाम का नाम और उपर इनाम' अशी त्यांची स्थिती आहे. काही कलावंतांना मोठमोठ्या बँकात काही काम न करता गलेलठ्ठ पगाराच्या नोकऱ्या मिळतात. (बँकेचे राष्ट्रीयीकरण झाल्यापासून इतर बँक नोकरांनाही आता काम न करण्याची सवलत मिळाली आहे ही गोष्ट निराळी!) एखादा षटकाराचा फटकारा तो काय! पण तो मारल्यावर कुणीतरी तरुण सुंदरी धावत-धावत क्रीडांगणावर येऊन त्या क्रिकेटवीराचे चुंबनसुद्धा घेते. काही कलावंतांभोवती त्यांचे चाहते गर्दी करतात. स्वाक्षरी मिळवण्यासाठी त्यांना सळो की पळो करून सोडतात. काही कलावंतांना सरकारकडून भरघोस पारितोषिके मिळतात. काहींना तर फुकट घरसुद्धा मिळते, असे ऐकिवात आहे. खरोखरीच या कला आणि त्यातले कलावंत यांचे भलतेच कोडकौतुक चालते, पण काही अभिजात कलांना आपल्याकडे अजिबात किंमत नाही आणि त्या कलेची उपासना करणाऱ्यांना कसलीच प्रतिष्ठा मिळत नाही, याचे मात्र फारच वाईट वाटते.

थापा मारण्याची कला ही अशीच एक उपेक्षित कला आहे. चौसष्ट कलांमध्ये तिचा समावेश आहे की नाही हे मला ठाऊक नाही, पण जगाच्या प्रारंभापासून ही कला अस्तित्वात आहे आणि ती जगाच्या अंतापर्यंत कायम राहील याबद्दल माझ्या मनात तिळमात्र शंका नाही. या कलेमध्ये प्रावीण्य मिळवलेले कितीतरी मोठमोठे थोर कलावंत मी पाहिलेले आहेत. थापा मारण्याच्या या कलेतील त्यांची योग्यता वादातीत आहे, हे अनेकवेळा मला पटलेले आहे, पण तरीही त्यांना समाजात कोणी विचारीत नाही याचे दु:ख वाटणार नाही तर काय होईल? त्यांना कुठलीही फडतूस बँकही नोकरी देत नाही. चुंबन तर लांबच, पण लोक या कलावंताची उलट टिंगल करतात. शासनाचे पारितोषिक तर राहू द्या, त्यांची स्वाक्षरीसुद्धा कोणी घेत नाही, या अन्यायाला काय म्हणावे? (आचार्य अत्र्यांच्या नाटकात असाच प्रसंग आहे. यातले एक पात्र दुसऱ्याला सांगते, "मोठमोठ्या माणसांशी माझा पत्रव्यवहार चालू असतो. परवाच मला गांधीजींची तार आली होती!" यावर दुसरा मनाशी पुटपुटतो "काय थापाड्या आहे लेकाचा!"... आणि उघडपणे म्हणतो, "गांधींची नसेल, गांजाची तार आली असेल!...") थापा मारायला किती चातुर्य लागते याची लोकांना खरेच कल्पना नाही. आपले अज्ञान लपवून उलट आपला मोठेपणा कसा प्रकट होईल, याची त्याला काळजी घ्यावी लागते. माझ्या माहितीतील एका पुरंध्रीला पुरणपोळी करायची होती, पण ती कशी करतात याची माहिती तर अजिबात नव्हती, पण आपले अज्ञान प्रकट करणे हे क्षुद्र बुद्धीचे काम आहे; म्हणून ती थोर महिला एका सुगरण महिलेकडे गेली आणि गप्पागोष्टी करताकरता हळूच तिने 'पुरणपोळी' नावाच्या पक्वान्नाचा विषय मोठ्या कुतूहलाने काढला. तिने अगदी निर्विकार मुद्रेने

विचारले, ''पण तुमच्या देशावर पुरणपोळी कशी करतात हो चंपूताई?''

चंपूताई म्हणाल्या, ''अहो, आहे काय त्यात विशेष? पुरणपोळी सगळीकडे सारखीच! पहिल्यांदा हरभऱ्याची डाळ चांगली शिजवावी, अगदी मऊ होईपर्यंत. मग ती टोपलीत घेऊन सगळं पाणी काढून घ्यायचं, त्याचीच कटाची आमटी करतो ना आपण?''

''म्हणजे अगदी आमच्यासारखंच! अन् पुढं?''

''पुढं काय? डाळीत गूळ मिसळायचा अन् त्या पुरणाला चांगला चटका आणायचा.''

''ते तर मला माहितीच आहे! आम्ही तसंच करतो की! पुढं?''

''पुढं काय? चटका आल्यावर जायफळ-वेलदोडे यांची पूड घालून हे पुरण वाटायचं. अगदी गंधासारखा करायचा गोळा, म्हणजे झालं पुरण तयार—''

''अगं बाई, आम्ही पण असंच करतो की! मला वाटलं तुम्ही काही वेगळं करता काय की!... अन् मग?''

''मग काय? कणीक तिंबायची. जरा तेल जास्ती लावून पातळशी करायची, तार येईल अशी. त्या कणकेचा लहानसा गोळा घेऊन तिचा वाटीसारखा आकार करायचा अन् मधल्या बेचक्यात पुरणाचा, चांगला दुप्पट पुरणाचा गोळा ठेवून द्यायचा. एका हाताला थोडं पीठ अन् दुसऱ्या हाताला थोडं तेल लावून हे करायचं, झालं! असा तो गोळा नीट करून पोळीसारखा लाटायचा. तव्यावर टाकायचा. झाली पुरणपोळी तयार!...''

''म्हणजे अगदी आमच्यासारखीच पद्धत आहे म्हणायची तुमची! मला वाटलं काही वेगळी पद्धत आहे. हे तर सगळं मला माहितीच आहे...!''

एवढे बोलून त्या पुरंध्रीबाई समाधानाने उठल्या आणि घरी जाऊन त्यांनी पुरणपोळी नावाचा प्रकार एकदाचा सिद्धीस नेला.

थापा मारण्याच्या कलेचे हेच वैशिष्ट्य आहे. तुमचे अज्ञान कुणाला कळत नाही आणि तुमचा आब कायम राहतो. एकच आहे, कुठल्याही कलेचा आत्मा 'संयम' हा आहे. थापा मारण्याच्या कलेतही 'संयम' या गुणाचे माहात्म्य नेहमी, अगदी कायम लक्षात ठेवावे लागते. ते अवधान सुटले की, सगळाच विचका होतो. कोठे थांबावे हे या कलावंताला नीट समजावे लागते. उजव्या यष्टीबाहेरचा चेंडू मारण्याच्या प्रयत्नात एखादा क्रिकेटपटू जसा बाद होतो, तसेच संयम सुटल्याने होते. आपल्या कुवतीबाहेरची थाप ठोकण्याच्या मोहाला हा कलावंत बळी पडला तर तोही झटकन बाद होतो. त्याचे सगळे कौशल्य वाया जाते. माझ्या नात्यातले एक चिरंजीव या कलेत फार तरबेज होते. अमुक एक गोष्ट माहीत नाही असे कधीच होत नसे. विषय कुठलाही निघू द्या, याला त्यातली माहिती आणि ज्ञान आहेच! त्या विषयातली

त्याची प्रतिक्रियाही ताबडतोब. एकदा जुन्या मराठी चित्रपटांचा विषय निघाला होता. त्यावेळचे जुने, उत्तम चित्रपट एकेक सांगत होता. स्वाभाविकपणे अत्र्यांच्या 'ब्रह्मचारी' चित्रपटाचे नाव कुणाला तरी आठवले. मराठीतील एक 'सर्वांगसुंदर' विनोदी चित्रपट! असे त्याने उद्गार काढले मात्र; ताबडतोब हे चिरंजीव पुढे सरसावले–

"ब्रह्मचारी ना? मास्टर विनायकांचा? वा! अप्रतिम पिक्चर हं! मी त्यावेळी पुण्यातच होतो. अगदी पहिल्या दिवशी आम्ही सगळे 'ब्रह्मचारी' पाहायला गेलो होतो! अजून मला आठवतंय. काय सुंदर पिक्चर...! आम्ही अगदी धुंद झालो पिक्चर बघून...!" आमच्यातील एक अगदी अरसिक गृहस्थ आमच्या कोंडाळ्यात होते. त्यांनी डोळे विस्फारले.

"बाळू? तू धुंद झालास ब्रह्मचारी बघून?"

"होणारच. सिनेमाच तसा होता." बाळू त्यांच्याकडे आश्चर्याने पाहत बोलला, "का बरं? कशासाठी विचारतोस?"

"नाही, ब्रह्मचारी १९३७ साली पडद्यावर आला–"

"बरं मग?" बाळू थोडा चपापल्यासारखा दिसला.

"तुझा जन्म १९३१चा म्हणजे तू सहा-सात वर्षांचा असशील. सातव्या वर्षी तू धुंद झालास. अं?"

त्या अरसिकाचे हे बोलणे ऐकून सर्व मंडळी कुचेष्टेने फिदीफिदी हसली. बाळूचे तोंड अगदी गोरेमोरे झाले. त्याचे सगळे कौशल्य वाया गेले. कलेतला संयम सुटला म्हणजे त्या कलेचे हे असे मातेरे होते. सगळा आनंद निघून जातो.

या शास्त्रातले काही कलावंत कसे तरबेज असतात पाहा. आपला संयम आणि आत्मविश्वास कधीही ढळू देत नाहीत. माझ्या माहितीतील एक प्राध्यापक असेच फार बुद्धिमान! त्यांच्याजवळ अशा काही गोष्ट असतात की, त्या दुसऱ्या कोणाजवळ सापडणे अगदी अशक्य असते. त्यांच्याजवळ दिसलेल्या नव्या पेनबद्दल जरा कुणी कुतूहलाने चौकशी केली तरी ते गंभीरपणे सांगतील–

"परवाच अमेरिकेतनं आणलंय हे पेन. खास आहे. अशी दोनच पेनं आपल्या देशात सध्या आहेत. एक शरद पवारांजवळ आणि दुसरं हे माझ्याकडं!..."

अशा दुर्मिळ दोनच वस्तू जगात– निदान आपल्या देशात– असतात आणि त्यातली एक नेहमी यांच्याजवळ असते. अशा माहितीची शहानिशा कोणता मूर्ख करील? त्यामुळे 'ब्रह्मचारी'सारखा रसभंग कधीही होत नाही. या कलेचा आनंद सर्वांनाच पूर्णपणे उपभोगता येतो. कलावंताची मिजासही कायम राहते. एकच आहे, या कलावंताला सदैव सावधान राहावे लागते. कुणाला संशय तर आला नाही ना? हे सूक्ष्मपणे न्याहाळावे लागते. थापांचा हा वाग्यज्ञ चालू असताना एखादा शंकेखोर राक्षस या यज्ञात विघ्न तर आणणार नाही ना, याकडे त्याचे सदैव लक्ष असावे

लागते. नाहीतर ही कला त्याच्याच अंगावर कधीकधी शेकण्याचा संभव असतो. रसिकांचा आनंदही पार खलास होतो. माझ्या माहितीतले एक सरकारी अधिकारी आहेत. कुठलीही नवी गोष्ट त्यांना सांगा. त्यांना त्याचे आश्चर्य कधी वाटतच नाही. ती गोष्ट त्यांना आधीच ठाऊक असते. इतकेच नव्हे तर त्यातली एखादी गुप्त गोष्टही त्यांना माहीत असते. अशी एखादी नवी घटना एखाद्याने सांगितलीच तर ते उलट त्या सांगणाऱ्या माणसालाच सुनावतात–

"अहो, यात नवीन काय सांगितलंत?... पण तुम्हाला माहीत नाही, यात आणखी काय भानगड आहे–"

नवीन काहीही त्यांना सांगा. त्यांचा आपला एकच ठेका नेहमी असतो, "तुम्हाला कल्पना नाही. त्यात एक भानगड आहे."

त्यांच्या कार्यालयातील लोकांना एकदा त्याचा फारच विलक्षण अनुभव आला. साहेब मध्यंतरी घरी एकटेच होते. बायको बाळंतपणासाठी माहेरी गेली होती. सरकारी कागदपत्रे काढून ते त्यातल्या कामात अगदी बुडून गेले होते. तेवढ्यात कार्यालयातली चार-पाच मंडळी हातात एक तारेचा कागद घेऊन घाईघाईने त्यांच्या घरी आली. कुणीतरी सांगितले– "साहेब, तार आलीय तुमची ऑफिसच्या पत्त्यावर–"

"कसली तार आहे?"

"कमल बाळंत झाली. मुलगा झाला- असा मजकूर आहे त्यात–"

साहेब त्याच त्रासिक मुद्रेने म्हणाले, "अहो, तुम्हाला माहीत नाही. त्यात एक भानगड आहे–"

कारकून मंडळी एकदम का हसली हे साहेबांच्या काही वेळ लक्षातच आले नाही. मग त्यांनी जीभ चावली. सावधानता म्हणून! अखंड सावधानता हे स्वातंत्र्याचेच नव्हे तर थापेबाजीचेही मूल्य आहे हे लक्षात असू द्या.

...पण या कलेतला एक अजिंक्य योद्धा परवा मला एका पुस्तकातही भेटला. तो तुच्छतेने इतर लोकांना सांगत होता.

"काय लोक आहेत पहा. कुत्र्या-मांजराशिवाय दुसरे काही पाळीतच नाहीत. जरा काही वेगळं करावं माणसानं–"

कुणीतरी कुतूहलाने त्याला विचारले, "तुम्ही काही वेगळं केलं होतं?"

"अर्थात! म्हणून तर सांगतोय ना– मी एक मासा पाळला होता मासा."

"मासा?" सर्वांनाच आश्चर्य वाटलं.

"हो, मासाच. चांगला अर्धा फूट लांब असेल, पण फार चपळ. मी कुठंही निघालो की, तो टुणटुण उड्या मारीत माझ्या पाठीमागनं यायचा."

"असं?– मग आत्ता कुठं दिसला नाही तो?" एका शंकेखोरानं प्रश्न केला.

अत्यंत दु:खी चेहरा करून तो थोर माणूस म्हणाला, ''काय सांगायचं!... चार दिवसांपूर्वीचीच गोष्ट. मी असा नदीच्या पुलावरनं चाललो होतो घाईघाईनं. मासाही माझ्या पाठीमागनं टुणटुण करीत येत होता. एकदम त्याचा पाय घसरला अन् खाली नदीत पडला. पाण्यात पडला अन् बुडून मेला की हो!...''

या सर्वश्रेष्ठ थापेबाजाला आपण सर्वजणच वंदन करू या.

◻

रस्त्यावर भेटणारी सुभाषिते

'सुभाषित' हे जगातील अजरामर वाङ्मय आहे. इतर वाङ्मय कदाचित काळाच्या ओघात नष्ट होईल. पुस्तकेच्या पुस्तके नष्ट होतील, पण 'सुभाषित' हा प्रकार कधी नष्ट होणार नाही. याचे कारण अगदी साधे आहे. एक तर ते आकाराने छोटे असते. कधीकधी ते मूठभर शब्दांचेच बनलेले असते. एक सबंध वाक्य म्हणजे अगदी डोक्यावरून पाणी! आणि दुसरे म्हणजे जीवनातील शाश्वत सत्य या लहानशा वाक्यात सामावलेले असते. एखादा लठ्ठ ग्रंथराज योग्यतेने कितीही मोठा असला तरी आपण तो सबंध वाचत नाही. त्या ग्रंथाची चार-दोन पाने केव्हातरी चाळली तरी आपल्याला तेवढे पुरेसे होते. वाचू बाकीचे सवडीने असे म्हणून आपण तो ग्रंथराज बाजूला ठेवून देतो. नंतर अधिकारवाणीने त्या ग्रंथाबद्दल आपण पुष्कळ वेळा बोलतो, पण संपूर्ण ग्रंथ वाचायचे राहून जाते ते जातेच! सुभाषितांचे असे कधीच होत नाही. अर्धेच वाक्य वाचले आणि बाकीचे सवडीने वाचणार आहे,

असे आपण कधीच म्हणू शकत नाही, कारण एकाच दृष्टिक्षेपात ते सुभाषित आपण बघता बघता वाचून टाकतोसुद्धा! शिवाय ग्रंथातून जे सत्य आपल्याला समजते तेच एका वाक्यातूनही काही वेळा समजते. म्हणून हा वाङ्मय प्रकार माझ्या फार आवडीचा आहे.

मराठी शाळेत असताना ही सुभाषिते आम्हाला वर्गातील लाकडी तुळईवर नेहमी भेटत असत. 'निश्चयाचे बळ, तुका म्हणे तेचि फळ!' हे मला तेथेच पहिल्यांदा कळले. 'जे का रंजले गांजले' याचे दर्शन वर्गातल्या तुळईवरच घडले. निंदकाचे घर असावे शेजारी हे महान सत्य तुळईनेच मला प्रथम शिकवले. 'गरज ही शोधकतेची जननी आहे' हे साहेबाला सापडलेले सत्यही मला याच तुळईने दाखवले. सारांश काय, या तुळईनेच मला जीवनाचे खरे स्वरूप दाखवून दिले. (एका खेड्यातील शाळेतील तुळईवर 'कोंबडीवाचून उरुस नाही आणि भानगडीवाचून पुरुष नाही' हे सुभाषित वाचून तर माझा आनंद त्या वर्गात मावेनासा झाला होता! या सुभाषिताचा उपयोग मात्र मला आयुष्यात करता आला नाही हा भाग निराळा, पण या सुभाषिताची थोरवी केव्हाही मान्य केलीच पाहिजे.) हे सर्व वाङ्मय वाचून संत तुळशीदासाप्रमाणे एखादा 'संत तुळईदास' का निर्माण झाला नाही हे कोडे अजून मला उकललेले नाही.

नंतर पुढे जी सुभाषिते भेटली ती मोठ्या शाळेत गेल्यावर पुस्तकातून. संस्कृत भाषेच्या पुस्तकात 'सुभाषित संग्रह' असा एखादा धडा असायचाच. 'पिण्डे पिण्डे मतिर्भिन्ना...' या सुभाषिताने आमचा संस्कृतचा अभ्यास सुरू झाला आणि वर्गातली मुले एकापेक्षा एक ड्यँबीस कशी हे गणित चटदिशी सुटले. 'क्वचित् काणा भवेत् साधू' किंवा 'क्वचित् गात्री पतिव्रता' हे विदारक सत्यही या सुभाषितांनीच मला पहिल्यांदा शिकवले. 'उष्ट्रभस्य लग्नवेलायां गर्दभो स्तुतिपाठकः। परस्परं प्रशंसती अहो रूपम् अहो ध्वनिम्–' हे सुभाषित शाळकरी वयात नीटसे समजले नव्हते. उंटाचे लग्न आणि त्यावेळी गाढवाने मंगलाष्टके म्हटली. मग दोघांनीही एकमेकांची भरपूर स्तुती केली. गाढव म्हणाले, "नवरदेव उंटा, काय तुझे रूप! वा!" मग मुंडावळ्या बाजूला सारीत नवरदेव उंट म्हणाला, "अन् भटजीबुवा, काय तुमचा मधुर आवाज! फारच छान!..." हे सगळे प्रकरण त्यावेळी नीटसे कळले नव्हते. पुढे मोठेपणी जेव्हा अशा अनेक उंटांच्या आणि गाढवांच्या जोड्या भेटल्या, तेव्हा त्यातील मार्मिक वास्तव माझ्या ध्यानात आले. कधीकधी मलाच उंटाची आणि गाढवाची भूमिकाही घ्यावी लागली आणि मग या सुभाषितातले रहस्य पुरेपूर उमगले.

आता मात्र अलीकडे हे अजरामर साहित्य सहजपणे दृष्टीस पडत नाही. बरेच दिवस मला रुखरुख होती, पण अलीकडे माझा प्रवास खूप वाढला आहे.

व्याख्याने, कथाकथन या ना त्या निमित्ताने मी बरेच दिवस फिरतीवर असतो. रेल्वेच्या प्रवासात हे वाङ्मय दृष्टोत्पत्तीस फारसे येत नाही, पण एस.टी.ने किंवा स्वतंत्र कारने, टॅक्सीने कधीकधी प्रवास घडतो आणि पुष्कळ वेळा नवनवीन मार्मिक सुभाषिते डोळ्यासमोर येतात. ही सुभाषिते रस्त्यावरच भेटतात. लाकडी तुळईवरच्या किंवा पुस्तकातल्या धड्यातील सुभाषितांपेक्षा ती फारच मार्मिक आणि जीवनस्पर्शी असतात. मात्र त्याला एक अट आहे. प्रवासात आपण प्रत्येक गाडी ओलांडून झट्दिशी पुढे जाण्याचा हट्ट सोडला पाहिजे. विशेषत: ट्रक नावाचे जे धूड आपल्याला रस्त्यात भेटते त्याच्या पार्श्वभागावर हे अमर वाङ्मय सूत्ररूपाने लिहिलेले असते. या ट्रकच्या मागून आपण थोडा वेळ प्रवास केला म्हणजे ते जीवनस्पर्शी सूत्र आपल्या डोळ्यांत घुसतेच. प्रत्येक वाहनाच्या पाठीमागे कमीतकमी HORN PLEASE हा संदेश असतोच. माझा एक मित्र एकदा आश्चर्याने म्हणाला, "प्रत्येक ट्रकवर 'हॉर्न प्लीज' असं लिहिलेलं असतं ना?"

"बरं मग!"

"पण आपण कितीही वेळा हॉर्न वाजवला तरी हे ट्रकवाले आपल्याला लवकर वाट देतच नाहीत. मग हे वाक्य लिहितात तरी कशाला?"

मी गंभीरपणे सांगितले, "तुला अशी शंका येते याचं कारण हे इंग्रजी वाक्य आहे. त्याचे मराठी भाषांतर कर म्हणजे तुला प्रश्न पडणार नाही."

"काय आहे मराठी भाषांतर?"

"हॉर्न प्लीज म्हणजे मराठीत 'बोंबला खुशाल!' समजलं?"

माझ्या मित्राला हे मराठी भाषांतर इतक्या चट्दिशी समजलं म्हणता! पुन्हा काही त्यानं हे ट्रकवाले आपल्याला वाट का देत नाहीत असा अडाणी प्रश्न कधीही विचारला नाही. अशी महान सत्ये आणि संदेश आपणही पुष्कळ वाहनांच्या पाठीमागे पाहिले असतील. मी तर असंख्य पाहिले आहेत आणि प्रत्येक वेळी अनाकलनीय जीवन नव्याने कळले आहे.

'देखो, मगर प्यारसे' हे वाक्य वाचून तर मला प्रत्येक वेळी गहिवरून येते. सर्व साधुसंतांचा, ऋषिमुनींचा, महात्म्यांचा अनादीकाळापासूनचा, शाश्वत सुखाचा मंत्रच या लहानशा तीन शब्दांच्या वाक्यात सांगितलेला नाही काय? म्हणजे पहा, पहायला हरकत नाही, पण प्रेमाने पहा! अन्य कोणतीही भावना मनात आणू नका, हा विचार किती उत्तम आहे! अर्थात यातही तारतम्य बाळगले पाहिजे हे मला मान्य आहे. माझ्या माहितीतला एक तरुण पोरगा रस्त्यात भेटणाऱ्या प्रत्येक तरुण युवतीकडे 'देखो, मगर प्यारसे' या संदेशानुसारच पाहत असे, पण एकदा त्याचा थोडा अतिरेक झाला. 'प्यारसे' बघता बघता त्याने एका डोळ्याची उघडझाप केली. त्यामुळे त्याचे थोबाड चांगलेच फुटले! आता पुन्हा तसे बघण्याची हिंमत अलीकडे

त्याला होत नाही. त्यावरून दुसरे सुभाषित मला आठवले. पुष्कळ ट्रकवर ते असतेच. 'बुरी नजरवाले तेरा मुँह काला.' वाईट दृष्टीने पाहाल तर तुमचेच तोंड काळे होईल, हे खरेच आहे. वाईट गोष्टींचा परिणाम वाईटच व्हायचा. जे पेराल तेच उगवेल. जीवनातील एक परखड न्यायच या सुभाषिताने सांगितला आहे. मघाशी सांगितलेल्या प्रेमवीराचे चरित्र काय सांगते? तो बुऱ्या नजरेनं पाहत होता म्हणून त्यांचे तोंड काळे झाले. पुढे तर त्याने एकदाच 'बुऱ्या' नजरेने एका मुलीकडे पाहिले आणि ती चट्‌दिशी त्याच्या गळ्यात पडली. इतकी की त्याला तिच्याशी लग्न करावे लागले आणि त्याचे तोंड कायमचेच काळे झाले!

पण मला एका ट्रकवरील 'फिर मिलेंगे' हे वचन फार आवडले. तो ट्रक गेला तो गेलाच. तो काही पुन्हा मला भेटला नाही, पण त्याने दिलेले आश्वासन धीर देणारे आहे यात काही शंका नाही. नाहीतर माणूस कशावर जगतो? काहीतरी त्याला हवे असते आणि ते आज ना उद्या आपल्याला प्राप्त होईल ही त्याची आशा असते. म्हणूनच त्याला जगायला हुरूप येत असतो. प्रेमिकांच्या साऱ्या कहाण्या विरह आणि पुनर्मीलन या दोन बिंदूंमध्येच लपलेल्या असतात. पुनर्मीलन असते म्हणून विरहाची गोडी वाढते. असे गोड, धीर देणारे संदेश मला आवडतात. 'एक दिन जाना रे भाई' असले वचन एकदा एका ट्रकवर मला पाहायला मिळाले, पण ते मला मुळीच आवडले नाही. 'एक दिन जाना रे भाई' हे सुभाषित खोटे थोडेच आहे? ते जरी ट्रकच्या पाठीमागे लिहिलेले असले तरी त्याचा अनुभव पुढच्या बाजूलाच अधिक येतो. रस्त्यावर जाणारा, समोरून येणारा कुणीही प्रवासी ते कबूल करील. ट्रकवाले तो अनुभव इतरांना देतच असतात, पण मरणाची आठवण मुद्दाम कशाला करून द्यायची? मरण प्रत्येकालाच येणार आहे. त्यातून कोण सुटला आहे? एका नव्वद वर्षे वयाच्या माणसाला हे सांगितले तर त्याला अजिबात ते पटेना. तो म्हणाला, "छे: छे:! हे शक्यच नाही!"

"काय शक्य नाही?" सांगणाऱ्याने आश्चर्याने विचारले.

"मी मरणं शक्य नाही."

"का बरं?"

"अहो, नव्वद वर्षांत जी गोष्ट घडली नाही, ती यापुढं घडण्याचा मुळीच संभव नाही." त्याच्या या बोलण्यावर काय उत्तर द्यावे हे त्या दुसऱ्या माणसाला मुळीच सुचले नाही. खरे म्हणजे त्याने सांगायला हवे होते–

"म्हातारबुवा, नव्वद वर्षांत घडलं नाही म्हणूनच आता फार लवकर घडायचा संभव आहे. आलं का लक्षात?"

तेव्हा सांगायचा मुद्दा असा की, 'एक दिन जाना रे भाई' हे विदारक सत्य असले तरी ते सुभाषित म्हणून निदान ट्रकवर तरी वाचायला बरे वाटत नाही. त्यापेक्षा–

Don't kiss me हा सुविचार एकदा एका ट्रकवर वाचायला मिळाला आणि बरे वाटले. चुंबन हा प्रकार कथा-कादंबऱ्यांत रोमांचकारी वाटला तरी प्रत्यक्ष तो तितकासा रोमांचकारक नसतो, हे कुठलाही निर्ढावलेला नवरा सांगेल. एकच रुखरुख वाटली. Don't kiss me हे वाक्य प्रेयसीने प्रियकराला (किंवा बायकोने नवऱ्याला) म्हणायचे असते. ते ट्रकने म्हणणे तसे गैर नाही का? बायकोला एक वेळ ट्रकची उपमा दिली तरी चालेल. काही बायका असतातही ट्रकसारख्याच, पण प्रेयसीला ट्रकची उपमा देणे बरे दिसते का? अशाने 'प्रेयसी' या शब्दातले काव्य एक कणभर तरी शिल्लक राहील का? चालायचेच!

परवा एका ट्रकवर एक सुविचार वाचायला मिळाला आणि मनस्वी यातना झाल्या. त्या ट्रकच्या डाव्या बाजूस लिहिले होते–

'देवा मला पास कर.'

आणि उजव्या बाजूला लिहिले होते–

'अरे गाढवा, अभ्यास कर.'

हल्लीच्या शिक्षणक्षेत्रातले मूलभूत बदलही या सुविचारात प्रतिबिंबित झालेले नाहीत. हे कळल्यावर यातना होणार नाहीत तर काय होईल? 'देवा मला पास कर' असे म्हणणारा विद्यार्थी मागच्या पिढीत होता. तो देवाची तशी प्रार्थना करीतही असेल, पण आजचा विद्यार्थी एवढा बावळट राहिलेला नाही. परीक्षेत पास करणे हे देवाच्या हातात मुळीच नाही हे त्याला पक्के ठाऊक आहे. ते पहिल्यांदा क्लासेसवाल्यांच्या हातात आणि आणि नंतर परीक्षकांच्या हातात आहे. हातात म्हणण्यापेक्षा 'खिशात' आहे म्हटले तर जास्त बरोबर होईल आणि देव तरी किती भाबडा! 'अरे गाढवा, अभ्यास कर' म्हणून तो सांगतो म्हणजे कमाल झाली की नाही? अभ्यास करून पास होता येतेच असे नाही, हे साधे व्यवहारज्ञान देवाला नसावे? पास होण्यासाठी ज्या किल्ल्या फिरवाव्या लागतात त्या वेगळ्याच असतात, हे शिक्षण क्षेत्रातले प्राथमिक ज्ञानसुद्धा देवाला नसावे याबद्दल देवाची कीव करावीशी वाटते, पण अशीही कालबाह्य, निरुपयोगी सुभाषिते कधीकधी वाचायला मिळतात खरी. त्याला काही इलाज नाही.

हल्ली रिक्षांच्या पाठीमागेही काही मार्मिक वचने वाचायला मिळतात. परवाच एका रिक्षाच्या मागील बाजूस एक हृदयस्पर्शी सुभाषित वाचायला मिळाले.

'हे असंच चालायचं!'

वाचून असं वाटलं की, मोठमोठ्या पंडितांना जे कळलं नाही ते जीवनाचं अस्सल दर्शन या रिक्षावाल्याला अगदी बरोबर कळलं आहे!

□

देवाधर्माच्या गोष्टी

माणसाच्या जन्मापासून त्याचे देवाशी नाते जुळलेले असते. मग हा देव कोणत्याही वेषातला असो. तो 'राम' असो 'रहीम' असो किंवा 'आकाशातील बाप' असो, हे नाते जन्मभर कायम राहते. त्याच्या मृत्यूनंतरच ते संपते. मृत्यूनंतरही देवाने स्वर्ग, नरक इत्यादी व्यवस्था त्याच्यासाठी करून ठेवलेली आहेच. कयामतीचा दिवस किंवा न्यायदानाचा दिवस नावाचा प्रकार आहे म्हणतात. म्हणजे तोपर्यंत माणसाचे हे नाते तुटता तुटत नाही. हिंदू माणसाच्या घरात तर देव असतातच. देव नाही असा हिंदू माणूस असेल तर तो आधुनिक नास्तिकच फक्त असेल. त्याच्याही घरात निदान शोभा म्हणून दाराच्या चौकटीवर किंवा दूरदर्शन संचावर एखादा गणपती किंवा नटराज असतो. एकूण देवाशिवाय आपली सुटका नाही आणि त्याच्याशिवाय आपल्याला करमतही नाही. नव्या पिढीत त्याचे कर्मकांड पुष्कळच कमी झाले आहे, पण आमच्या पिढीपर्यंत तरी हे पुष्कळच होते. देवपूजा नावाचा प्रकार घरोघर होता.

घरात देवही भरपूर असायचे आणि त्यांची पूजाही यथासांग चालायची. त्यांच्यावरची श्रद्धाही नितांत असायची. या जगात देवच नाही, असे मानणारे कुणी असतील असे वाटायचे नाही. लहानपणी तर सगळ्या देवांचे अस्तित्व आम्ही गृहीत धरूनच चालायचो. देवादिकांचे फोटो पाहून ते तशाच पोझिशनमध्ये कायम उभे किंवा बसलेले असतील याबद्दल आम्हाला कधीच शंका नव्हती. शेषाने मस्तकावर धारण केलेल्या पृथ्वीवर आपण राहतो आहोत आणि या शेषावर भगवान विष्णू झोपलेले आहेत आणि लक्ष्मी त्यांचे पाय चुरत बसली आहे, ही माहिती आम्हाला कधी खोटी वाटलीच नाही. हिमालयातील कैलास शिखरावर त्या नीलकंठ शंकराचे भूतगणासह अस्तित्व आहे आणि ते पार्वतीशी गुजगोष्टी करीत बसलेले असणार या वचनावर आमची नितांत श्रद्धा होती. वीरव्रतधारी हनुमान हे तर आमचे आवडते दैवत. त्याने जन्मल्याबरोबर सूर्यबिंबाचा घास घेण्यासाठी कसे प्रचंड उड्डाण केले असेल याचे आम्हाला फारच आश्चर्य आणि कौतुक वाटत असे. त्यामुळे हनुमान जयंती आम्ही किती उत्साहाने साजरी करीत असू म्हणता!... तो आनंद आता हरपला आहे, याचे फार दु:ख होते.

त्यावेळी सगळ्यांच्या घरात असंख्य देव असत तसे आमच्याही घरात होते. कुलदैवत म्हणून व्यंकटेशाच्या अनेक मूर्ती होत्या. इतरही देव होते. काही टांक होते. काही लहानमोठे शाळिग्रामही होते. माझ्या आजोबा-पणजोबांच्या पिढीत तर वाटणीच्या वेळेस देव कुणाकडे जास्ती असावेत यावरून भांडाभांडी झाली होती, पण वाटणीनंतरही जे देव वाट्याला आले तेही संख्येने भरपूर होते. रोज त्या सर्व देवांची पूजा करणे ही गोष्ट पुढे पुढे त्रासदायक वाटू लागली, म्हणून त्यांचीही परत वाटणी झाली. रोजचे पूजेचे देव वेगळे आणि जादा देव वेगळे. ते एका संबळीत घालून निराळे ठेवलेले असत. एकादशीच्या दिवशी किंवा सणावाराला, लग्नकार्याला हे देव संबळीतून निघत आणि त्यांची तेव्हाच पूजा होई. नवरात्रात मात्र सर्व देवांना स्नान घडे आणि त्यांना फुले, अक्षता, गंध, नैवेद्य या सर्वच गोष्टींचा लाभ होई. एरवी हे जादा, गरीब देव त्या संबळीत निमूटपणे पडून राहिलेले असत. मुंज झाल्यावर ह्या देवांची पूजाअर्चा करण्याचाही मान आम्हाला अधूनमधून प्राप्त होई.

पंढरपूरसारख्या क्षेत्राच्या ठिकाणी राहत असल्यामुळे विठोबाचे माहात्म्य तर फार मोठे. कित्येक लोक रोज पांडुरंगांच्या दर्शनाला जात आणि नेमाने ठरवलेली प्रदक्षिणा पार पाडीत. एकदा आम्ही काही शाळेतल्या मित्रांनी ठरविले की, आपणही रोज पांडुरंगांच्या दर्शनाला जायचे. काही दिवस हा नियम आम्ही कसोशीने पाळला. नुसत्या मुख्य देवाचे दर्शन घेऊन परत फिरणे ही गोष्ट आम्हाला पुढे-पुढे संकोचाची वाटू लागली. मग रुक्मिणीमातेचे दर्शनही आपोआपच आले. त्यानंतर देवळात इतरही देव आहेत आणि आपण त्यांची फारच उपेक्षा करीत आहोत हे आमच्या

ध्यानात आले. एक मित्र गंभीरपणे म्हणाला, ''देवळात आत लक्ष्मीचे पण देऊळ आहे. तिचंही आपण दर्शन घेऊ.''

''चालेल–'' मी मान डोलावली.

''शेजारी व्यंकोबा आहे. त्याच्यापण आपण पाया पडत जाऊ.''

''ते कशाला?''

''वा! व्यंकटेश आमचे कुलदैवत आहे. त्याच्यापण आपण पाया पडलंच पाहिजे.''

''मग उभा मारुतीपण आहे. रामदासांनी का कोणीतरी तो स्थापन केला आहे म्हणतात. मग त्याचं दर्शन का नको?''

बजरंगबलीला नकार देणे शक्यच नव्हते. मग आणखीही काही देवळातले देव ध्यानात आले. कुणीतरी गरुड हनुमंताबरोबरच राही. सत्यभामा, शनी, गणपती, महादेव हेही देवळात आहेत, याची आठवण करून दिली आणि मग सगळीच मंडळी दर्शनाच्या यादीत समाविष्ट झाली. प्रत्येक देवाचे दर्शन घेतल्याशिवाय आम्हाला चैनच पडेनासे झाले. एखाद्या वेळी घाईगडबडीमुळे नुसत्या एकट्या विठोबाचे दर्शन घ्यावे लागले, तर पुढे पुढे आम्हालाच अपराध्यासारखे वाटू लागले. थोडी भीतीही वाटू लागली. दुसऱ्या दिवशी त्या देवाच्या पाया पडायला गेलो तर तो आपल्याला काय म्हणेल अशी शंका येऊ लागली. ''काल देवळात येऊनही माझ्या दर्शनाला आला नाहीत काय? बराय् आता तुमचं पाहून घेतो बच्चमजी!...'' असे तो म्हणाला तर? आणि झालेही तसेच! आमचे काही मित्र वार्षिक परीक्षेत नापास झाले ते झालेच. मीच कसातरी वाचलो. मग मात्र आम्ही देवळात जायचे बंद करून टाकले. हो, करणार काय? वार्षिक परीक्षेत फारसा अभ्यास न करता पास व्हावे, या हेतूने आपण देवळात जात होतो, ही बित्तंबातमी देवाला नेमकी कशी कळली याचे आश्चर्य वाटले आणि त्यामुळे देवाला पुन्हा तोंड दाखवायची लाजही वाटली. एकूण देव हा प्राणी आपल्यापेक्षा हुशार आणि लबाड असतो हे आमच्या मनावर पक्के ठसले. पहिल्यांदा देव तसा नसावा, पण भक्तांच्या अनुभवाने तो शहाणा झाला असावा, कारण आमच्या शाळेतल्या मास्तरांनी आम्हाला एकदा तशी गोष्ट सांगितली. ते म्हणाले, ''देवाचे भक्त फार लबाड असतात. एकदा एका माणसाने देवाला नवस केला. तो म्हणाला, 'देवा, मला पोरबाळ नाही. एक मुलगा होऊ दे. तुला मी सोन्याची कुंची करून घालीन.' देव तसा भोळा. तो प्रसन्न झाला. सोन्याची कुंची मिळणार असेल तर कोण नाही खूश होणार? त्याने आशीर्वाद दिला. झालं, काही काळानं त्या माणसाला मुलगा झाला. आता त्याने आपला शब्द पाळला पाहिजे होता की नको! पण तो तर फाटका, दरिद्री माणूस. घरात गुंजभर सोनं नाही, मग सोन्याची कुंची देवाला कुठून देणार? पण तो माणूस

दरिद्री असला तरी डोक्याने तरतरीत होता. त्यानं काय केलं माहीत आहे? मुलाचं बारसं केलं आणि मोठ्या हौसेनं त्याचं नाव 'सोन्या' ठेवलं. त्याला चार कपडे केले. त्यात साधी कापडाची एक कुंचीही केली. मग हीच कुंची त्यानं देवाला भेट म्हणून दिली. वर हात जोडून नम्रतापूर्वक सांगितलं, 'देवा, मी तुला कबूल केलं होतं. सोन्याची कुंची घालीन म्हणून. आज माझ्या पोराची, सोन्याची कुंची आणली आहे तुला भेट म्हणून. आता आपलं देणं-घेणं काही राहिलं नाही. माझा नवस मी फेडला.' ''

''मग देवानं पुढं काय केलं?'

आम्ही बालसुलभ उत्सुकतेनं मास्तरांना प्रश्न केला.

''देव काय करणार? हात चोळीत गप्प बसला झालं! माणसाची जात एकूण लबाडच फार, ही गोष्ट तेव्हापासून त्याच्या मनावर पक्की बिंबली.''

एकूण माणसाची जात लुच्ची आणि ड्यँबीस ही गोष्ट शाळकरी वयातही आमच्या ध्यानात आलीच होती. परीक्षेत सोप्या रीतीनं पास होण्यासाठी आम्ही रोज देवळात जाऊन देवाच्या पाया पडत होतोच की! माझे मित्र तर नुसते पाया पडत नसत; देवाच्या पायाशी खडीसाखर, शेंगदाणे, पेढा असला खमंग पदार्थ कुणी ठेवला असला तर तो ताबडतोब उचलून गट्टम् करीत. मला त्यांचा फार राग येई. मी फक्त चार-दोन वेळेलाच तिथले शेंगदाणे आणि पेढ्याचा तुकडा उचलला होता, पण एकदा शेंगदाणे कुचके निघाले आणि तोंड एकदम कडू झाले, पेढाही गोड लागला नाही. तेव्हापासून मी देवाच्या पायाशी असलेले हे पदार्थ कधीही उचलले नाहीत, पण माझे हे मित्र मात्र ही उचलेगिरी कायम करीत. मग राग न येईल तर काय होईल? काही म्हातारे-कोतारे भक्त देवाच्या पायाशी एखादा तांबडा पैसादेखील ठेवीत, पण आम्ही तिथे पोहोचेपर्यंत तो पैसा जाग्यावर राहिलेलाच नसे. त्यावेळी एका तांबड्या पैशाची किंमतदेखील फार मोठी होती. एका पैशात खूप छान-छान पदार्थ खायला मिळत, पण लोकांची वृत्ती पाहा कशी वाईट! पाच मिनिटेसुद्धा तो पैसा देवाच्या पायाशी टिकत नसे. आम्ही तिथे पोहोचायच्या आतच तो गडप झालेला असे.

पण एक गोष्ट चांगली आहे. भक्त लबाड असतात तसा देवही लबाड असतो. त्याला भक्तांची लबाडी कळते, एवढेच नव्हे तर काही वेळेला तोही भक्तांशी 'जशास तसे' या धोरणाने वागतो. (ये यथा मां प्रपद्यन्ते तां तथैव भजामि अहम्– असे सांगून देवानेही याची कबुली दिलीच आहे. लेखी पुरावा आहे.) एकदा एका भक्ताने परमेश्वराची खूप स्तुती केली. इतकी की काही विचारू नका. तेव्हा देव खूश झाला आणि प्रसन्न होऊन त्याच्यासमोर उभा राहिला. स्मित का कसलेसे हास्य करून म्हणाला, ''बोल भक्ता, मी प्रसन्न आहे. बोल, तुला काय पाहिजे बोल.''

भक्त हात जोडून नम्रतेचे सोंग आणून म्हणाला, ''देवाधिदेवा, मी असं काय मागणार?... मला एकच सांग.''

''बोल.''

''लाखो, कोट्यवधी वर्षे तुला कशासारखी आहेत?''

''एका क्षणासारखी.''

''अरे वा!... अन् लाखो, कोट्यवधी रुपये?''

''एका पैसारखी.''

''बस्स!... मला एक पै दे. जास्ती काही नको.''

''भक्ता, एक क्षणभर थांब. जास्त नाही...''

इतके बोलून देव गडप झाला. पुन्हा काही त्याचे दर्शन त्या लबाड भक्ताला आयुष्यात झाले नाही.

पण शंकर किंवा महादेव नावाचे जे महान दैवत आपल्याकडे आहे ते जरा वेगळे आहे. तो 'भोलेनाथ' आहे. 'भोळा शंकर' अशीच त्याची इमेज आहे. खरे म्हणजे तो 'रुद्र' आहे. त्याने जर आपला तिसरा डोळा नावाची शक्ती प्रकट केली तर हे त्रैलोक्य जाळून टाकण्याचे सामर्थ्य त्याच्या ठिकाणी आहे, पण तरी हा महादेव भोळा आहे. भक्ताने तपश्चर्या करून त्याला प्रसन्न करून घेतले की, तो वाटेल ते वरदान त्याला देऊन टाकतो. मस्तकावरून नित्य गंगा वाहत असल्यामुळे त्याचे मस्तक नेहमीच थंड आणि शांत असावे. तरीही तो स्तुतीला इतका भुलतो कसा याचे आश्चर्य वाटते. या महादेवाच्याच वरदानामुळे असुर माजले आणि त्यांनी जगतीतलाला फार उपद्रव दिला. शेवटी भगवान विष्णूला निरनिराळे अवतार घेऊन ती ती प्रकरणे निस्तरावी लागली. एकूण भोळेपणाबरोबर 'करुणा' हा या देवाचा स्थायीभाव आहे. त्याला लोकांची लवकर दया येते. तो त्यांना दया दाखवतो आणि मग लबाड भक्त त्याचा गैरफायदा घेऊन या पृथ्वीतलावर अनेक उपद्व्याप करतात. शंकर-पार्वती ही जोडी विमानाने प्रवास करण्याबद्दल प्रसिद्ध आहे. आकाशमार्गाने विमानातून जात असताना त्यांना पृथ्वीवर कुणाचे तरी रडणे ऐकू येते. आधी पार्वतीमाईला ते ऐकू येते. आता ती जर जगन्माता! तिला त्या गरीब माणसाची दया येते. ती पतिराजांना तो वृत्तांत सांगते आणि त्या अभागी प्राण्यावर दया करण्याचा सल्ला देते. मग दोघे विमान खाली उतरवतात आणि त्या दुर्दैवी प्राण्यासमोर प्रकट होतात. त्याचे दुःख निवारण होईल असा वर देऊन पुन्हा विमानातून निघून जातात. त्या वरदानामुळे त्याचे दुःख नाहीसे होतच असेल असा भरवसा नाही, कारण माणसाची जात नुसती लबाड नाही तर मूर्खही आहे. पुन्हा दुःखी कसे होता येईल, याचाच विचार तो करीत असतो, पण त्याला करुणाघन महादेव काय करणार?

लहानपणी असे दुःखाचे प्रसंग माझ्यावर फार येत. वडिलांनी नवीन घेऊन दिलेली चप्पल हरवली, बाहेर पोरांबरोबरच्या दंगामस्तीत रडू आले, एखादा चांगला सिनेमा चोरून बघायचा म्हटला तर पैसेच नाहीत, घरातील चार-दोन आणे त्यासाठी चोरण्याचा प्रसंग ओढवला– अशा गोष्टी घरी कळल्या तर मार बसणार याची खात्री असे आणि असे दुःखाचे प्रसंग वारंवार येत. मग मला रडू येई. मी रडत रडत देवाची मनातल्या मनात प्रार्थना करी. देवा, मला या संकटातून सोडव अशी विनवणी करी; पण शंकर-पार्वतीने माझे हे गाऱ्हाणे ऐकले आणि ते माझ्यासमोर प्रगट झाले असे कधीही घडलेच नाही. मग मला त्या दुःखातून सोडवण्याचे लांबच राहिले. मी मुकाटपणे घरची बोलणी खाल्ली आणि काही वेळेस मारही खाल्ला. देवाच्या करुणेचा लाभ मला कधीच झाला नाही. देवावरचा माझा विश्वास तात्पुरता का होईना, पण अशा वेळी डळमळत असे.

आता माझ्या ध्यानात खरा प्रकार येतो. आता लक्षात येते की, हे कलियुग आहे. या युगात देवांनी आपले स्वभाव बदलले आहेत. शंकर-पार्वती आता पूर्वीप्रमाणे विमानातून संचार करीत नाहीत आणि लोकांची दुःखे, गाऱ्हाणी ऐकायचा तर त्यांना कंटाळाच आला आहे. आपल्या सरकारसारखीच त्यांची वृत्ती बनली आहे. प्रजेची कसलीही गाऱ्हाणी असोत, लक्ष म्हणून द्यायचे नाही. स्थितप्रज्ञ वृत्तीने वागायचे असेच सध्याचे धोरण आहे ना? मग आपले देव तरी त्याला अपवाद कसे असतील?

□

पेपर तपासण्याची कला

शाळकरी वयात ज्या गोष्टींचे मला आकर्षण वाटायचे त्यात परीक्षेतील 'उत्तरपत्रिका' किंवा पेपर ही एक गोष्ट होती. वर्षातून चार परीक्षा असल्या तरी सहामाही आणि वार्षिक या दोन फार महत्त्वाच्या. वार्षिक परीक्षा म्हटल्यावर तर काही बोलायलाच नको. या परीक्षेतील उत्तरपत्रिकांचे गठ्ठे मास्तरमंडळी घेऊन चालली म्हणजे त्यांच्याबद्दल फारच आदर आणि भीती वाटते. हे आपले भाग्यविधातेच आहेत अशी माझी भावना असायची. कुणा शिक्षकाच्या घरी चुकून गेलो आणि ते पेपर तपासत बसलेले दिसले की, मी डोळे विस्फारून त्यांच्याकडे बघत राही. त्यांचे ते भराभर मजकुरावर काट मारणे, 'बरोबर' अशा अर्थाच्या खुणा करणे, मार्क देणे आणि शेवटी सर्व गुणांची बेरीज करून मांडणे या त्यांच्या कर्तृत्वाचा मला फारच हेवा वाटत असे. कसलीतरी विलक्षण शक्ती यांना प्राप्त झाली आहे आणि ती केव्हातरी आपल्यालाही मिळाली पाहिजे, असे मनात येई. अहो, एखाद्याला वर्गात

'हाय्येस्ट' काढणे आणि एखाद्याला शून्य गुण देऊन नामोहरम करून टाकणे या गोष्टी काय साध्या आहेत? मला तर शाळेत कुठल्याही विषयात 'हाय्येस्ट' गुण मिळाल्याचे आठवत नाही. नाही म्हणायला मराठी विषयाच्या उत्तरपत्रिकेत जरा चांगले गुण मिळत, पण हाय्येस्ट कधीच नाही. ते नाव दुसऱ्याच कुणातरी विद्यार्थ्याला मिळे, म्हणून असा अधिकार असणाऱ्या शिक्षकांबद्दल भलताच आदर वाटे. एकदा माझ्या वर्गातल्या एका मित्राने सांगितले, ''अरे, आपले ताम्हनकर सर आहेत ना, त्यांच्याकडे मॅट्रिकचे पेपर तपासायला येतात म्हणे–''

''काय म्हणतोस? मॅट्रिकचे पेपर्स?'' मी आश्चर्याने ओरडलो. ''खरं सांगतोस तू?''

''आईशपथ–'' त्याने गळ्याला हात लावला. ''आपला बंड्या कुलकर्णी सांगत होता. त्याचे वडील पोस्टमास्तर आहेत ना? ते म्हणाले म्हणे, पोस्टाने मॅट्रिकच्या गणिताचे पेपर्स येतात सरांकडे. अगदी सीलबंद गठ्ठ्यात! मग तपासून तसेच सीलबंद गठ्ठ्यात ते परत मुंबईला पाठवून देतात.''

मॅट्रिकची परीक्षा म्हणजे केवढी महान गोष्ट! नुसते या परीक्षेचे नाव निघाले तरी आम्हाला दरारा वाटायचा. आमच्या गावात तर त्यावेळी त्या परीक्षेचे केंद्रसुद्धा नव्हते. परीक्षेसाठी विद्यार्थी नावाची मोठी पोरे सोलापूर, सांगली किंवा पुण्याला जात. परत आल्यावर या परीक्षेचे वैभव आणि कौतुक तोंड फाटेपर्यंत वर्णन करून सांगत. अशा या महान परीक्षेचे आपले ताम्हनकर सर परीक्षक? ताम्हनकर सर बीजगणित, भूमिती हे विषय शिकवत. या विषयातले मला फारसे कळतच नसे. त्यामुळे ते शिकवणाऱ्या ताम्हनकर सरांबद्दल मला भलताच आदर वाटे, पण या परीक्षेचे ते परीक्षक म्हटल्यावर तर मी तेव्हापासून फारच कौतुकमिश्रित आदराने त्यांच्याकडे पाहू लागलो.

मी पुढे शिक्षक होईपर्यंत हा आदरभाव कायम होता. शिक्षक झाल्यावर पेपर्सचे पहिले गठ्ठे माझ्या हाती आले, तेव्हाचा आनंद काय वर्णन करावा? खरं म्हणजे तात्पुरती म्हणजे दोन महिन्यांपुरतीच माझी ही नोकरी होती. तेवढ्यात एक परीक्षा आली. मी पेपर्स तपासले पाहिजेत असे काही माझ्यावर बंधन नव्हते, पण मीच ते गठ्ठे हौसेने घरी नेले आणि फार ऐटीत ते तपासले. आपण कुणाला तरी जास्त गुण देत आहोत आणि कुणाला तरी नापास करून टाकत आहोत, याचा आनंद फार मोठा होता. त्या आनंदात मी प्रत्येक विद्यार्थ्याची उत्तरपत्रिका अगदी काळजीपूर्वक तपासली. प्रत्येक पान वाचले, इतकेच नव्हे तर प्रत्येक ओळ वाचली. पेन्सिलीने ठिकठिकाणी काट मारली. फार काय ठिकठिकाणी शेरेही मारून टाकले. उत्तरपत्रिका तपासण्यातील आनंद अगदी मनसोक्त उपभोगला.

पुढे मी शिक्षकच झालो नसतो तर हा दिव्य आनंद आयुष्यभर कायम राहिला

असता, पण तोच व्यवसाय पुढे मी कायमचा पत्करला आणि हा सगळा आनंद हरवला! अगदी कायमचा हरवला!

पहिली गोष्ट शिक्षक म्हणून कायम झाल्यावर माझ्या ध्यानात आले की, हे पेपर्सचे गठ्ठे भरपूर संख्येने आपल्याकडे येत असतात. जितके वर्ग तितके गठ्ठे. प्रत्येक वर्गात पोरांची संख्या दणकून. बरे, पोरेही अशी चमत्कारिक की, एरवी अनेकवेळा वर्गात अनुपस्थिती लावणारे चिरंजीव परीक्षेच्या वेळी मात्र सर्व उपस्थित. त्यातून मराठीसारखा विषय. मग काय, काही कळो न कळो, पण सर्वजण भरमसाठ लिहितात. त्यातून 'विद्यार्थिनी' नावाचा प्रकार फार चमत्कारिक. त्या अभ्यास करतात ते करतात आणि भरपूर, लांबलचक उत्तरे लिहीत बसतात. अगदी शेवटची घंटा होईपर्यंत उत्तरपत्रिका आपल्याला देतच नाहीत. काही वेळेला तर या उत्तरपत्रिका त्यांच्याकडून हिसकावूनच घ्याव्या लागतात. असे पेपर्स तपासणे ही साधी गोष्ट नाही. डोके चढविणारी आणि वैताग आणणारी ती एक भयानक गोष्ट आहे. शिक्षकाच्या पेशाला मिळालेला हा एक भयंकर शापच आहे. प्रत्येक उत्तरपत्रिकेतील प्रत्येक पान आणि प्रत्येक ओळ वाचायची म्हणजे काय चेष्टा आहे? त्यातून एकेका चिरंजीवांचे दिव्य हस्ताक्षर. त्याचे त्यालासुद्धा नंतर वाचता येणे कठीण, तर आपण कसे वाचणार? या दाट जंगलात घुसायचे आणि आपल्याला पाहिजे ते 'सत्य' त्यात आहे की नाही, हे शोधायचे म्हणजे महाकर्मकठीण. सबंध पानच्यापान बारकाईने वाचल्यानंतर लक्षात यायचे की, या गड्याने 'बरोबर उत्तर' सोडून बाकी सगळे सविस्तर लिहिलेले आहे. कित्येक विद्यार्थ्यांनी तर पाठ्यपुस्तकातील तो धडा आणि कविता मुळात वाचण्याचे कष्टसुद्धा घेतलेले नाहीत आणि तरीसुद्धा प्रश्नाचे उत्तर मात्र अगदी मन:पूर्वक आणि लांबलचक लिहिलेले आहे.

पहिल्या वर्षातच मी या उद्योगाला कंटाळलो. मोठ्या परीक्षेच्या उत्तरपत्रिका तपासून होतात कशाबशा, कारण त्याचे पैसेतरी थोडेफार मिळतात. या उत्तरपत्रिकांना पैसे कुणी देत नाही, शाळेतल्या कामाचाच तो एक अपरिहार्य भाग. मग वैताग येणार नाही तर काय होईल?

अशा वेळी जुनी, अनुभवी माणसे नेहमीच उपयोगी पडतात. प्रत्येक संस्थेत जुनी आणि जाणती मंडळी असतातच. त्यांचे मार्गदर्शन शहाण्या माणसाला नेहमीच उपयुक्त ठरते. अशा संकटातून कसा मार्ग काढावा, हे त्यांना बरोबर माहीत असते. मी माझ्याच शाळेतील एका अनुभवी, वयोवृद्ध आणि ज्ञानवृद्ध शिक्षकाला माझी ही अडचण सांगितली. त्यांचा बहुमोल सल्ला विचारला. ते हसले आणि म्हणाले, ''तुम्ही वेडे आहात गुरुजी. पेपर्स असे तपासतात काय? पेपर तपासण्याचीसुद्धा एक कला आहे. ती नीट माहीत करून घ्या म्हणजे तुम्हाला हा त्रास पुढं आयुष्यात कधीही होणार नाही.''

“कसली कला? मला या कलेतले काही प्राथमिक धडे द्याल तर बरं होईल.” मी नम्रतेने हात जोडून त्यांना विनंती केली.

ते शिक्षक गंभीर झाले. मग एकेक गोष्ट आठवीत असल्याप्रमाणे मुद्रा करून ते म्हणाले, “एक गोष्ट लक्षात ठेवा, उत्तरपत्रिका तपासणं ही फार गंभीरपणे घ्यायची गोष्ट नाही. मुलांना त्याचे काहीही सोयरसुतक नसते. त्यांना फक्त मार्कांशी कर्तव्य असतं. ते आपण दिले की काम भागलं.”

“म्हणजे काय?”

“वर्गात दोन प्रकारची पोरं असतात. एक जात स्कॉलरची. ही जात आपल्या उत्तरपत्रिकेबद्दल फार जागरूक असते. मार्क एवढेच कसे मिळाले? कमी कशासाठी दिले? आमचं कुठं चुकलं? अशी ही मंडळी कुरकुर करीत आपल्याकडं येतात. अशी वर्गात जेमतेम सात-आठ मंडळी असतात. त्यांची नावं लक्षात ठेवायची. तेवढे पेपर्स जरा काळजीपूर्वक तपासायचे–”

“अन् बाकीचे?”

“बाकीचे गणंग असतात. त्यांना चाळीस मिळाले काय, अन् पंचेचाळीस मिळाले काय, त्याचं त्यांना काही सुख-दु:ख नसतं. एकच करायचं, शक्यतो कुणाला नापास करायचं नाही. तेवढा एक पेपर काळजीपूर्वक पाहायचा. बाकीच्या पेपर्सना ‘हातशिलाई’ लावायचीच नाही. ‘मशीनशिलाई’ लावायची.”

“म्हणजे?” अर्थबोध न होऊन मी विचारले.

“म्हणजे ओळ न् ओळ वाचायची नाही. नुसती पानं उलटायची. किती लिहिलंय तेवढं बघायचं. दणकून मार्क टाकून द्यायचे.”

“काही चुकीचं लिहिलेलं असलं तर?”

“पानावर अधून-मधून मोठी काट मारायची. कुठली तरी चूक त्यात आपोआप येतेच.”

त्या अनुभवी शिक्षकांनी दिलेला हा सल्ला मला एकदम पटला. मी त्या पद्धतीने पेपर्स तपासायला प्रारंभ केला आणि काय आश्चर्य! माझे पेपर्स भराभर संपू लागले. माझा त्रास एकदम कमी झाला. स्कॉलर, कुरकुऱ्या पोरांचे पेपर्स तेवढे काळजीपूर्वक बघितले. शक्य तो कुणाला नापास न करण्याची दक्षता घेतली. बाकीच्या उत्तरपत्रिका मात्र मशीनशिलाईच्या तंत्राने धडाधड संपवून टाकल्या. वर्गात हे पेपर्स वाटल्यावर कुणीही तक्रार केली नाही. नाही म्हणायला एका चिरंजीवाने मात्र शेजारच्या एका पोराचाच पेपर आणून मला दाखवला. उत्तर संपूर्ण चुकीचे असूनही भरपूर मार्क दिले आहेत, अशी त्याची किरकोळ तक्रार होती, पण दुसऱ्याच्या पेपरबद्दल तक्रार करणे ही गोष्ट कायदेशीर नाही, असे ठणकावून सांगून मी त्याला गप्प बसवले.

उत्तरे तपासण्याची ही कला अशी मनोरंजक आहे.

पुढे महाविद्यालयात अध्यापन करण्यासाठी माझी नेमणूक झाली तेव्हा मात्र याच पद्धतीचा अवलंब करणे जड गेले. महाविद्यालयातील आपल्याच विद्यार्थ्यांचे कॉलेजमधील पेपर्स तपासणे ही गोष्ट सोपी होती, पण विद्यापीठातल्या परीक्षेतल्या उत्तरपत्रिका तपासणे ही गोष्ट मात्र जोखमीची आहे. या उत्तरपत्रिका तपासण्याचे काम मात्र फार काळजीपूर्वक करावे लागते, अशी माझी बरेच दिवस समजूत होती. म्हणून काही दिवस हे काम केल्यावर मला कंटाळा आला आणि मी ते सोडून दिले, पण काही श्रेष्ठ प्राध्यापक विद्यापीठातील परीक्षांच्या उत्तरपत्रिका तपासण्याचा उद्योगही याच प्रकारे करतात असे मला आढळून आले आणि मी चकित झालो. एक प्राध्यापक महाशय अनेक विद्यापीठांच्या परीक्षा समितीवर प्रश्नपत्रिका काढण्याच्या उद्योगात मग्न होते. त्यांच्याकडे एस.एस.सी. परीक्षेतील उत्तरपत्रिकांचा गठ्ठा येऊन पडला होता आणि त्यांना तर प्रश्नपत्रिका काढण्याच्या कामासाठी दौऱ्यावर जायचे होते. म्हणून त्यांनी तीन-साडेतीनशे पेपर्स पाच-सहा दिवसांत मशीनशिलाईच्या तंत्राने धडाधड तपासून टाकले. त्यांचे वेगवेगळे गठ्ठे करून ते सीलबंद केले. पत्ता लिहिला. तिकिटे लावली अन् हे गठ्ठे बायकोच्या स्वाधीन केले. तिला सांगितले, ''दर एक-दोन दिवसांनी हा गठ्ठा एकेक करून पोस्टाने मॉडरेटरकडे पाठवून दे. मी दहा-बारा दिवसांत परत आलोच–''

त्यांच्या बायकोने पहिला गठ्ठा मॉडरेटरकडे पाठवून दिला. मॉडरेटरने काही पेपर्स तपासून पाहिले. पाहतात तो वाटेल तसे मार्क दिलेले. त्याने तातडीने त्या सन्माननीय परीक्षकाला पत्र पाठवले, ''तुमची तपासणी बरोबर नाही. माझ्या मार्गदर्शक सूचना पाठवतो, तोपर्यंत थांबा.''

ती आज्ञाधारक पत्नी नवऱ्याचे टपाल कशाला फोडून पाहते! तिने ते टेबलावर ठेवून दिले. प्रामाणिकपणे दुसरा गठ्ठा पाठवला. इकडे दुसरा गठ्ठा आला. पुन्हा तोच गोंधळ. रागावून त्यांनी पुन्हा पत्र पाठवले, ''माझ्या सूचना मिळेपर्यंत थांबा. तोपर्यंत पुढचे पेपर्स तपासू नका.''

हे पत्र पाठवून मॉडरेटर घरी आले. तोपर्यंत तिसरा गठ्ठा येऊन धडकला. शेवटी त्यांनी तातडीची तार पाठवून पुढचे पेपर्स तपासू नयेत आणि गठ्ठे पाठवू नयेत म्हणून कळवले.

तोपर्यंत चौथा गठ्ठा आला...!

एक आठवडाभर हे प्रकरण चालू होते. मॉडरेटर अगदी पिसाळून गेले. त्यांनी बोर्डाकडे तक्रार केली तरी गठ्ठे नियमितपणे येतच होते. पुढे चौकशी झाली आणि परीक्षक महोदय बोर्डाच्या यादीतून बडतर्फ झाले असे ऐकले. असो.

सगळ्यात कहर एका प्राध्यापकांनी केला. ते पेपराचे गठ्ठे घेऊनच आपल्या गावाहून औरंगाबादला आले होते. उत्तरपत्रिकेतील गुणांची यादी त्यांनी विद्यापीठाला

त्यापूर्वीच सादर केली होती. त्यांचे एक दुसरे मित्र हॉटेलातील त्यांच्या खोलीत प्राध्यापकांना भेटायला आले. पाहतात तो प्राध्यापक अजून उत्तरपत्रिका तपासत आहेत.

"हे काय? उत्तरपत्रिका तपासून गुणांची यादीसुद्धा तू पाठवून दिली आहेस ना मागेच?"

"होय." प्राध्यापकांनी मान डोलावली.

"मग आता हे पेपर्स कुठले तपासतो आहेस?"

"पेपर्स तपासायला मला वेळच झाला नव्हता–" ते प्राध्यापक शांतपणे म्हणाले, "मार्कलिस्ट पाठवायची मुदत संपली म्हणून मी आधी मार्कलिस्ट विद्यापीठाला पाठवून दिली. आता त्या मार्काप्रमाणे पेपरवर मार्क मांडायचं काम चालू आहे."

□

पेचप्रसंगच, पण लहानसहान

माणसाचे आयुष्य संथ, सरळ कधीच नसते. त्यात समुद्राप्रमाणे सारखी भरती-ओहोटी चालू असते. कधी सुखाचे प्रसंग, तर कधी दु:खाचे प्रसंग. अर्थात सुखाचे प्रसंग थोडे, दु:खाच्या घटना आणि अनुभव जास्ती. 'सुख पाहता जवापाडे दु:ख पर्वताएवढे' असे तुकारामबुवांनी म्हटलेच आहे. 'सर्व क्षणिकं, सर्व दु:खम्' असे गौतम बुद्धांनीही सांगून ठेवले आहेच, पण आयुष्यात सगळेच काही दु:ख नसते. मधूनमधून सुखाची एखादी गार झुळूक अंगावर येते, नाही असे नाही, पण कटकटी, विवंचना, काळजी यातून मात्र कुणाचीच सुटका नाही. अनपेक्षितपणे आयुष्यात काही गंभीर प्रश्न उभे राहतात. ते कसे सोडवावेत हे काही कळत नाही. माणूस धडपड करतो, कधी हा प्रयत्न यशस्वी होतो कधी होत नाही, पण प्रश्नचिन्हे, पेचप्रसंग टाळता येत नाहीत. ऐन तरुण वयात एखाद्याची बायको मृत्युमुखी पडते आणि अर्धवट झालेल्या संसाराचा गाडा पुढे कसा ढकलावा याची चिंता त्या बिचाऱ्याला पडते. नको

असलेली बदली एखाद्याच्या नशिबी येते आणि प्रपंच, पोरेबाळे एकीकडे आणि हा दुसरीकडे असे दिवस काढण्याचा प्रसंग त्याच्यावर येतो. वयात आलेल्या मुलीचे लग्न तर करणे आवश्यक असते आणि तिला एकही मुलगा पसंत पडत नाही किंवा ती कुणाला पसंत पडत नाही. काळ्या बाजारात मिळवलेला पैसा तर भरपूर शिल्लक आहे, पण तो बाहेर काढता येत नाही. कुणापुढे कोणत्या अडचणी उभ्या राहतील याचा काही नेमच नाही. गडकऱ्यांच्या तिंबूनानांपुढे असाच एक पेचप्रसंग ठकीचे लग्न जमवताना नव्हता का निर्माण झाला? ठकीचे लग्न आधी लवकर जमता जमेना. मुलगी लवकर पसंत पडेना. एके ठिकाणी ठकी कशीबशी पसंत पडली एकदाची. आता वाटाघाटी करून लग्नाच्या याद्या करायच्या असे वाटू लागले, तेवढ्यात मध्यस्थाने येऊन सांगितले की, हा योग दिसत नाही! लग्नाच्या वाटाघाटी करायला त्या मंडळींनी नकार दिला आहे. एकदम नकार का आला याचे कारण काही कळेना. मध्यस्थांना विचारले, "काय झाले काय? मुलगी पसंत नाही का?"

"नाही, मुलगी पसंत आहे. तो मुद्दा नाही."

"मग हुंड्याची अट आहे? ते लोक मागतील तो हुंडा देऊ."

"नाही, तीही भानगड नाही हो."

"मग नकार कशासाठी?"

मध्यस्थ म्हणाला, "त्यांचं काय म्हणणं आहे, मुलीला आई नाही असं त्यांना कळलं."

तिंबूनाना विधूर होते. ठकीला आई नव्हती, ही गोष्ट खरीच होती, पण त्याचा इथं संबंध काय? कुणाला काही कळेना.

"कबूल आहे. ठकीला आई नाही, पण त्याचा इथं काय संबंध?"

"त्यांचं असं म्हणणं आहे, मुलीला आई पाहिजे."

"म्हणजे काय?"

"अहो, त्यांचा मुलगा एकुलता एक आहे. मुलीला आई पाहिजे म्हणजे मुलाला सासू पाहिजे. सासू असली तर जावईबुवांचं कौतुक होतं. सासूच नसली तर जावईबापूचं कोडकौतुक, हौसमौज कोण करणार? म्हणून त्यांचा नकार आला आहे..." शेवटी मध्यस्थाने स्पष्ट खुलासा केला. तिंबूनानांच्या समोर केवढा पेचप्रसंग उभा राहिला! आपल्याला बायको नाही म्हणून मुलीचे लग्न जमत नाही? ते अगदी गहिवरून गेले. शेवटी ते डोळ्यातले पाणी पुशीतपुशीत मित्राला म्हणाले, "बाळक्या, आता ही अडचण प्रत्येक ठिकाणी येणार. मुलीला आई नाही! ही अडचण आता मला पहिल्यांदा दूर केली पाहिजे."

मग पुढच्याच मुहूर्तावर तिंबूनानांनी स्वतः आधी लग्न केले आणि निर्माण झालेला पेचप्रसंग मोठ्या कौशल्याने सोडवून टाकला.

असे मोठे पेचप्रसंग आयुष्यात येतात, पण ते सोडवण्याचे मार्गही असतात आणि थोडी हुशारी अंगी असली तर ते सापडतातही. देशापुढे एखाद्या वेळी गंभीर पेचप्रसंग उभा राहत नाही का? पण आपले नेते तो सोडवतातच ना शेवटी? अगदी काहीही न करता स्वस्थ बसून राहणे आणि तो प्रश्न नुसता पुढे ढकलीत राहणे, हाही एक मार्गच आहे. 'थंडा करके खाओ' ही राजकारणातील नीती फारच उपयुक्त आहे. बेळगाव-कारवारचा सोपा प्रश्न याच पद्धतीने आपल्या महान पुढाऱ्यांनी सोडवून टाकला आहे आणि अयोध्येतील रामजन्म भूमीचा पेचप्रसंगही याच युक्तीने सोडवण्याचा प्रयत्न आपले सरकार करीतच आहे ना?

सारांश एवढाच की, मोठे पेचप्रसंग आले तरी ते सोडवण्याचे मार्ग सापडतात, पण लहानसहान पेचप्रसंगांचे मात्र तसे नाही. ते कसे सोडवावेत हे काही कळत नाही. निदान मला तरी त्यातून मार्ग काही सापडत नाही.

तुम्ही-आम्ही सामान्य, लहान माणसे आहोत, त्यामुळे आपल्यासमोर उभ्या राहणाऱ्या अडचणीही सामान्यच असतात. हे पेचप्रसंगही लहानच असतात, पण यातून निसटावे कसे हे काही कळत नाही. पूर्वी माझे लग्नाचे वय होते तेव्हा मुलीचे बाप रोज भेटायला यायचे. त्यांना टाळावे कसे हा प्रश्न रात्रंदिवस मला छळत असे. पण मुलीचा बाप हा माघार घेणारा प्राणीच नसतो असे माझ्या लक्षात आले. त्यांना टाळण्याचे माझे सगळे प्रयत्न अयशस्वी ठरत. एक वधुपिते अगदी सनातनी होते. निदान तसे मी ऐकले होते. त्यांची सुकन्या मी ओझरती पाहिली होती. ती अगदी बेताबेताचीच होती. ते भेटायला येणार हे कळल्यावर मी मुद्दाम अंडी आणून खोलीतील टेबलावर ठेवली. हेतू हा की, त्यांनी ती पाहून नाक मुरडावे आणि असला अभक्ष्य भक्षण करणारा जावई आपल्याला नको, असे म्हणून त्यांनी माघारी फिरावे, पुन्हा माझ्या वाट्याला जाऊ नये, पण झाले उलटेच!... आल्या आल्या इकडचे-तिकडचे चार-दोन प्रश्न विचारल्यावर ते टेबलावरील अंड्यांकडे अंगुलीनिर्देश करून म्हणाले, "ही काय– एग्ज वाटतं?"

"हो, अंडी. कोंबडीची अंडी." मी उत्साहाने सांगितले.

"तुम्ही खाता अंडी?"

"रोज. एक दिवस चुकत नाही."

"छान!..." त्यांची मुद्रा एकदम प्रसन्न झालेली दिसली. "आम्हाला असलं काही चालत नाही; पण एग्ज खावीत माणसानं, असं डॉक्टरलोक सांगतात. तरीच तुमची प्रकृती सुदृढ आहे हं. आमच्या मुलीलापण तुम्ही हे खायला शिकवा म्हणजे तिचीपण तब्येत सुधारेल."

त्यांच्या मुलीची तब्येत सुधारणे हे काही माझे आयुष्यातील ध्येय नसल्यामुळे या लचांडातून कसे सुटावे हे मला काही सुचेना. शेवटी माझे लग्न जवळजवळ

ठरल्यासारखे आहे, आता फक्त याद्याच करायच्या राहिल्या आहेत असे काहीतरी सांगून या गृहस्थाची मी बोळवण केली.

काही पेचप्रसंग तर याहीपेक्षा साधे आणि लहान असतात, पण ते कसे सोडवावे हे काही केल्या कळत नाही. एखाद्या ओळखीच्या घरी फार दिवसांनी गेलो म्हणजे केव्हातरी आपले जरा बऱ्यापैकी स्वागत होते. चहा तर मिळतोच, पण चहापूर्वी काहीतरी खाण्याचा पदार्थही होतो. पुष्कळदा एका बशीत घालून छानपैकी खव्याच्या, खोबऱ्याच्या तीन-चार वड्या येतात. मला घेण्याचा आग्रह होतो आणि मी एक वडी तोंडात टाकतोही. घरातील गृहिणी नोकरीबिकरी करीत नसेल तर तिला काही चांगले चांगले पदार्थ करण्याचा नाद असतो आणि हे पदार्थ चवदारही होतात. ही वडीही चवदार असते. आग्रह करणारा यजमानही वडी तोंडात टाकतो. मग बशीत शेवटी एकच वडी शिल्लक राहते. ती कुणी खायची हा गहन प्रश्न निर्माण होतो. ती स्वत:च आधी उचलून तोंडात टाकणे हे सभ्यतेच्या दृष्टीने बरे दिसत नाही. उशीर झाला तर हा यजमान दुसरीही वडी तोंडात टाकतो की काय, अशी भीती वाटू लागते. ती मला तर हवी असते, पण आधी खाण्याचा धीर होत नाही. हा पेच सोडवणे कठीण असते. मग मीच यजमानाला म्हणतो, ''छान झाली आहे हं! आपण घ्याना दुसरी वडी. मला एक पुरे.''

मग यजमानच काही वेळा संकोचून म्हणतात, ''छान झाली आहे ना? मग तुम्हीच घ्या.''

त्याने असे म्हटल्याबरोबर लगेच तो पदार्थ उचलून आपण तोंडात टाकणे हे शहाणपणाचे असते. त्यात वेळ घालवणे फायद्याचे ठरत नाही. वेळ गेला तर यजमान तरी ती उचलतो आणि तोंडात घालतो किंवा वडीसहित ती बशी परत स्वयंपाकघरात पाठवतो. नुसते चडफडण्यापलीकडे मग आपल्याला काही करता येत नाही. उन्हाळ्याच्या दिवसात हापूस आंब्याच्या सुंदर फोडी बशीत घालून समोर आल्यावर हाच पेचप्रसंग निर्माण होतो. शेवटची फोड कुणी खावी? त्याने ती फोड घ्या म्हणून आग्रह केला तर ठीक. आपला मार्ग मोकळा होतो, पण तो काहीच बोलला नाही तर? शिष्टाचार म्हणून आपण त्याला 'घ्या तुम्हीच' असा आग्रह केला आणि त्याने तो ताबडतोब अमलात आणला तर? काय करावे हे नेमके कळत नाही. एकदा मी शेवटची फोड हातात उचलून समोरच्या गृहस्थाला 'तुम्ही घ्या ना' असे शिष्टाचारादाखल सहज म्हटले, तर ती फोड माझ्या हातातून घेऊन त्याने स्वत:च्या तोंडात कोंबली. काय करावे हो अशा पेचप्रसंगाच्या वेळी?

माणसांची ओळख विसरण्याची, निदान त्याचे नाव लक्षात न ठेवण्याची माझी खोड फार जुनी आहे. प्रवासात, कार्यक्रमाच्या निमित्ताने अनेक मंडळी नेहमी भेटत असतात. काहींच्या तर घरीच मी उतरलेला असतो आणि त्यांच्या अगत्याचा पाहुणचारही घेतलेला असतो, पण नंतर बरेच दिवस त्यांची गाठ पडत नाही. मी

त्यांची ओळख विसरून जातो. कुठेतरी ही मंडळी अकस्मात मला भेटतात. कधीकधी घरीही येतात. मी त्यांचे स्वागत करतो, पण हे सद्गृहस्थ कोण, यांचे नाव-गाव काय हे काही केल्या मला आठवत नाही. चेहरा ओळखीचा वाटतो, पण नेमका हा कोण? हा आपला जुना विद्यार्थी, का कॉलेजातला शिपाई, का समारंभात कुठेतरी भेटलेला कार्यकर्ता? का आपल्या बायकोच्या लांबलांबच्या नात्यातील कुणी आप्तसंबंधी? काही उलगडा होत नाही. बोलणे, गप्पागोष्टी सुरू झाल्या तरी मी चाचपडतच असतो. मेंदूच्या रेडियोवरची बटणे मनातल्या मनात एकसारखी फिरवीत राहतो, पण तरी नेमके स्टेशन लागतच नाही. काय करावे, नेमका या पेचातून मार्ग कसा काढावा हे कळतच नाही. अशा वेळी मला एक मार्ग सापडतो. मी चट्दिशी कागद पुढे करून त्याला प्रेमळपणाने म्हणतो, ''बरं झालं तुम्ही भेटलात!... तुमचा नेमका पत्ता काय हो? पत्ता असू द्या माझ्याकडे. अहो, केव्हा उपयोग होईल त्याचा नेम नाही.'' तो बिचारा आपला संपूर्ण पत्ता लिहून देतो आणि मग मला कळते की हे सद्गृहस्थ नेमके कोण ते, पण काही वेळा तरीही पेचप्रसंग कायमच राहतो, कारण ते गृहस्थ नुसता पत्ता लिहून देतात. स्वत:चे नाव अजिबात लिहीतच नाहीत. म्हणजे पुन्हा प्रश्नचिन्ह कायम. काहीकाही मंडळी तर आपल्याला पेचातच पकडतात.

''या या... फार दिवसांनी गाठभेट.'' असे म्हणून मी त्यांचे हसतमुखाने स्वागत करतो, पण त्यांची मुद्रा गंभीरच असते.

''ओळखलंत का मला पण...?''

''वा! म्हणजे काय? हा काय प्रश्न झाला?''

''मग सांगा बघू मी कोण ते.''

आता मात्र पंचाईत होते. या पेचप्रसंगातून आता सुटका नाहीच हे लक्षात येते. मी हसतहसत हात जोडून म्हणतो, ''कमाल केलीत हं आता!... आधी मला सांगा, चहा घेणार ना? हां. अस्सं.''

एवढे बोलून लगबगीने मी आधी स्वयंपाकघरातच चहाची ऑर्डर द्यायला जातो आणि बराच वेळ बाहेर येतच नाही. बिचारा तो मग जवळपासचे एखादे वर्तमानपत्र, पुस्तक चाळीत बसतो आणि मग मी बाहेर येईपर्यंत आपला प्रश्न विसरून जातो, पण काही खमके असे भेटतात की आपण नाव विसरलो आहोत हे शरमिंद्या मुद्रेने कबूल करणे आपल्याला भागच पडते. हा पेच मला अजूनही नीट सोडवता येत नाही.

माझ्या ओळखीचे एक जोडपे अशा पेचप्रसंगांवर मात करण्यात फार हुशार आहेत. आता घरी आलेला पाहुणा लवकर कसा जाईल हा पेच सर्वांना पडलेला असतो, नाही का? पण बायकोकडचा एखादा पाहुणा आला तर हा नवरा पाहुण्याच्या आमटीत, भाजीत बरेच मीठ टाकून ठेवतो आणि त्याच्याकडचा पाहुणा आला तर

बायको सगळा स्वयंपाक तिखटजाळ करून टाकते. त्याशिवाय डास फार झालेत, ढेकणांनी तर अगदी सळो की पळो करून सोडले आहे, हा मंत्रही त्याच्या कानावर जाईल अशी व्यवस्था होते. मग एक दिवसाच्या आतच पाहुणा नावाचा गनीम ताबडतोब पळ काढतो. अगदी त्रयस्थ पाहुणा असला तर ती नवराबायको त्याच्यादेखत कडाक्याचे भांडण करतात आणि त्याचाही प्रश्न सोडवून टाकतात. याच्यावरून एक गंमत आठवली. एकदा एका गृहस्थाला नातेवाइकांची एकदम तार आली. ''इकडे मोठे वादळ होण्याचा संभव आहे. तेव्हा बंडूला आठ दिवस तुमच्याकडं पाठवून देऊ का?''

आता बंडू नावाचे हे चिरंजीव किती उपद्व्यापी आहेत हे त्या गृहस्थांना चांगले ठाऊक होते. म्हणून त्याने ताबडतोब तारेनेच उत्तर पाठवले– ''बंडूला तिथेच राहू द्या. वाटल्यास वादळ इकडे पाठवा.''

□

विंग्रजी बोलण्याची हौस

साहेबाने आपल्या देशावर दीडशे वर्षे राज्य केले. इंग्रजी भाषा त्याच्यामुळेच आपल्या लोकांना समजू लागली आणि आपले लोक शहाणे झाले, पण साहेब निघून गेला तरी आपल्या शहाण्या लोकांनी इंग्रजी भाषा अजून घट्ट धरून ठेवली आहे. स्वातंत्र्य मिळाले त्याला आता पंचेचाळीस वर्षे झाली, पण इंग्रजी भाषेचे कौतुक कमी होण्याऐवजी वाढतच चालले आहे. स्वातंत्र्य मिळाल्याला जसजशी वर्षे लोटत आहेत तसतशी आपल्या देशातील स्वातंत्र्यसैनिकांची संख्या जशी वाढतच चालली आहे तसेच हे आहे. आता तर मॉंटेसरीपासून इंग्रजी भाषेत चालणाऱ्या शाळा सुरू झाल्या आहेत. 'इंग्रजी माध्यमाची शाळा' हे आपल्या शिक्षण संस्थेचे लाडके अपत्य आहे. या अपत्याचे कौतुक आणि लाड खेड्यापाड्यातील अडाणी पालकांपासून शहरातील सुशिक्षित, विद्याविभूषित डॅडी-ममीपर्यंत सर्वजण करीत आहेत. 'आई' आणि 'बाबा' हे शब्द लवकरच गडप होणार यात आता शंकाच उरलेली नाही. 'काका मला वाचवा!' ही

आरोळी आता कालबाह्य झाली आहे. आता 'काकालाच कुणीतरी वाचवा!' अशी आरोळी ठोकण्याची वेळ आली आहे. कारण काकाचा आता 'अंकल' झाला आहे. मास्तर किंवा गुरुजींचा 'टीचर' झाला आहे. मावशी किंवा आत्याही अलीकडे 'आंटी' म्हणून मिरवू लागली आहे. आपले शब्द गावंढळ आणि साहेबाचे शब्द मात्र प्रतिष्ठित आणि आधुनिक हे समीकरण आमच्या डोक्यात पक्के भिनले आहे. परवाचीच गोष्ट सांगतो. मी आणि माझे एक मित्र त्यांच्या गाडीतून प्रवासाला निघालो होतो. मित्राबरोबर त्यांची लग्न झालेली मुलगी आणि तिचा पाच-सहा वर्षांचा मुलगा होता. ती आपल्या नवऱ्याचा उल्लेख माझे 'मिस्टर' असा करीत होतीच, पण तिचा मुलगाही वडिलांचा उल्लेख 'पप्पा' असा करीत होता. न राहवून मी मुलाच्या मातोश्रीला विचारले, "हा वडिलांना पपा म्हणतो का?"

"हो..." आईसाहेबांनी अभिमानपूर्वक मान डोलावली.

"पण त्यांना इतर लोक कोणत्या नावानी हाक मारतात?"

"यांना ना? तसे 'नानासाहेब' म्हणतात बाकीचे लोक."

"मग हे चिरंजीव 'नाना' म्हणून का हाक मारीत नाहीत वडिलांना?"

"शी:! 'नाना' कसलं घाणेरडं नाव?" मातोश्री नापसंतीदर्शक मुद्रा करून तुच्छतेने बोलल्या, "नाना हे काय नाव आहे? मी याला 'पपा' म्हणायला शिकवलं!"

"हो का? छान केलंत!"

दुसरं काय बोलणार?

इंग्रजी शिकलेल्या लोकांची आज ही स्थिती आहे, पण अर्धवट इंग्रजी शिकलेल्या किंवा अजिबात इंग्रजी न शिकलेल्या मंडळींचा खाक्या याहीपेक्षा और आहे. एखादी परकीय भाषा आपल्याला येत असेल तर ती आनंदाची गोष्ट खरी, पण येत नसेल तर त्यात लाज वाटण्यासारखे काय आहे? आपली मातृभाषा आपल्याला नीट येत नसेल तर ती लाज वाटण्यासारखी गोष्ट, पण आपल्याला इंग्रजी येत नाही याचीच आमच्या काही लोकांना लाज वाटते. मग आपल्याला अगदीच काही येत नाही असे नाही. आम्हालाही थोडं समजतं, असे दाखवण्याचा त्यांचा प्रयत्न असतो. त्या 'धडपडी'तून ते जी मुक्ताफळं उधळतात ती खरोखरीच ऐकण्यासारखी असतात. खेड्यापाड्यातून हे लोण पोहोचलेले आहे. एकदा एक फायनल नापास झालेले गृहस्थ दुसऱ्या एकाबद्दल सल्ला देताना मला म्हणाले, "त्या बाबुरावाच्या नादाला तुम्ही लागू नका हो अण्णा, अजिबात लागू नका."

"का बुवा?" मी जिज्ञासेने विचारले.

"फार डेंजर माणूस आहे तो."

"काय म्हणता?"

"तर! पहिल्यापासनं भयंकर पोलिटिकल. या हँडचं त्या हँडला कळू देणार

नाही.''

या हँडचं त्या हँडला कळू देणार नाही असा हा 'पोलिटिकल' आणि 'डेंजर' माणूस आहे हे कळल्यावर मी त्या बाबुरावाच्या नादाला लागतो कशाला? ही उपयुक्त माहिती सांगितल्याबद्दल मी त्यांचे उलट आभारच मानले.

यवनी भाषेत विनाकारण शब्द बोलण्याची हौस असणारी अशी अनेक माणसे मला भेटली आहेत. एक गृहस्थ कुठल्यातरी गणपतरावांबद्दल बोलताना म्हणाले, ''तसा मनुष्य चांगला हो. फ्रेंडशिपला बेस्ट, पण एक गोष्ट फार वाईट त्याची. वाईट म्हणजे काय, बॅड हॅबिटच म्हणानात!...''

''कोणती?''

''चार माणसे बोलायला लागली अन् हा जर तिथं असला की, कधी 'शटअप' नाही, सारखे 'शेंटर'मधी बोलतो हो!'

दुसऱ्याच्या बोलण्यात मधेमधे बोलणाऱ्या माणसाचे हे इंग्रजी वर्णन मला फारच विनोदी वाटले आणि मला एकदम हसू आले, पण ते पाहून समोरचे गृहस्थ रागावले. आपण एवढे सिरीयसली बोलत असताना समोरच्या माणसाला हसू फुटावे हे पाहून कुठल्या माणसाला राग येणार नाही? दुसरे एक सद्गृहस्थ असेच अघळपघळ आहेत. पान खात खात गप्पा मारीत असतात. कुणी समोर बसलेला असेल तर त्यालाही पान खाण्याचा आग्रह करतात.

''घ्या हो घ्या लीफ घ्या. चांगलं कळीदार आहे. घ्या अन् मॉर्टर लावा. खाऊन बघा तर खरं...''

जुन्या पिढीतले इंग्रजीचे ज्ञान नसणारे, पण रसाळ वाणी असलेले एक कीर्तनकार बुवा माझ्या थोडे परिचयाचे होते. कीर्तन करताना ते बेलाशक इंग्रजी शब्द दडपून वापरीत. आपल्यालाही इंग्रजी येते हे दाखवण्याचा त्यांचा हेतू असेल कदाचित. तो तर साध्य होईच्च, पण श्रोत्यांत हशाही पिकत असे. कदाचित तोच त्यांचा प्रमुख उद्देश असेल. भारतीय युद्धाच्या वेळी श्रीकृष्णाने आपल्या बाजूने युद्ध करावे म्हणून धर्मराज आणि दुर्योधन दोघेही श्रीकृष्णाकडे गेले, पण श्रीकृष्णाने सांगितले की, मी कधीही शस्त्र धारण करणार नाही अशी प्रतिज्ञाच केली आहे. मोरोपंत वर्णन करतात,

श्रीकृष्ण म्हणाला, ''न धरी शस्त्र मी करी, गोष्टी सांगेन युक्तीच्या चार'' हा प्रसंग सांगताना हे बुवा तळहाताची चारी बोटे वर करून खड्या आवाजात म्हणत, ''न धरी शस्त्र मी करी, स्टोऱ्या सांगेल युक्तीच्या फोर.''

श्रोत्यांत खसखस पिकायला एवढे कारण पुरेसे होत असे. असे इंग्रजी शब्द वारंवार वापरण्याची बुवांना सवयच जडली होती. वयात आलेल्या मुलीचे लग्न जमवण्याच्या काळजीत हेच बुवा होते. ते आपल्या स्नेह्यांना एकदा म्हणाले, ''आपण गरीब कीर्तनकार. हुंडा अन् मानपान या भानगडी आपल्याला झेपण्यासारख्या

नाहीत. मी मुलाच्या बापाला स्वच्छ सांगतो– आपल्याजवळ दुसरे काही नाही. ओन्ली डॉटर अ‍ॅण्ड कोकोनट. पटलं तर बघा.''

आपण कोणते शब्द वापरतो आहोत आणि त्याचा अर्थ काय होतो याचाही या मंडळींना कधीकधी पत्ता नसतो. असे शब्द वापरले म्हणजे आपण सुशिक्षित आणि सुसंस्कृत ठरतो एवढेच यांना पक्के ठाऊक असते. माझा एक इंग्रजी न शिकलेला मित्र एकदा दुसऱ्याच्या चित्रकलेची स्तुती करीत होता. अत्यंत हळुवार हातवारे करीत तो म्हणाला, ''काय सुंदर पिक्चर होतं म्हणून सांगू! अहाहा...! अन् कलर तर त्यात इतके केअरलेसली भरलेले होते की, माणसाने बघतच राहावं...!''

''केअरलेसली?'' मी चकित होऊन विचारले. ''म्हणजे तुला म्हणायचं काय?''

''म्हणजे काळजीपूर्वक.'' त्याने गंभीरपणे सांगितले.

''मग गाढवा, 'केअरलेसली' नव्हे 'केअरफुली' म्हण. 'केअरलेसली' म्हणजे निष्काळजीपणानं–''

''मला माहीत नाही काय?'' मित्र माझ्यावर एकदम चिडला. ''चुकून माझ्या तोंडून तो शब्द गेला असेल!'' असे म्हणून त्याने अगदी केअरफुली तो विषय झटदिशी बदलला.

इंग्रजी न शिकलेल्या माणसाला खरोखरीच इंग्रजी शब्द वापरण्याची फार हौस असते. या जातीची माणसे सिनेमा-नाटकातून खूप भेटतात. अत्र्यांच्या एका नाटकातले (बहुधा 'जग काय म्हणेल') एक पात्र असेच वाटेल ते इंग्रजी शब्द वापरून हशा पिकवते. नायिकेच्या प्रथम भेटीचे वर्णन करताना हे पात्र म्हणते, ''अरे, एकदम खूश आपल्यावर ती!...पहिल्यांदाच गाठ पडली; पण या पहिल्याच भेटीत असं इंजेक्शन मारलं मी तिच्यावर की बस्स...!'' एका वगनाट्यातले एक पुढारीही असेच बोलत. त्यांच्या शिक्षणसंस्थेतल्या एक शिक्षिका त्यांना भेटायला आल्या आहेत हे कळल्यावर ते आश्चर्याने उद्‌गारतात, ''आता पुन्हा कशाला भेटायला आल्यात? परवा सहा महिन्यांपूर्वीच आम्ही त्यांना प्रेग्नंट केलंय ना? मग पुन्हा काय काम आहे?''

मग त्यांचे पी. ए. हळूच त्यांना सांगतात– ''साहेब–''

''काय रे?''

''प्रेग्नंट नाही, पर्मनंट.''

''हां हां पर्मनंट.''

वगनाट्यावरून आठवण झाली. मागे मी एकदा अस्सल तमाशा बघायला गेलो होतो. मंडळींनी 'सिंहगडाचा वग' सुरू केला. शिवाजी महाराजांचा पोषाख कसाबसा अंगावर चढवून एक वीर एका मोडक्यातोडक्या खुर्चीवर बसले होते. तेवढ्यात मावळ्याचा पोषाख केलेली तीन-चार मंडळी आणि एक सात-आठ वर्षांचा लहान

मुलगा आला. आल्याबरोबर त्यांनी महाराजांना मुजरा ठोकला. मग महाराज म्हणाले, ''काय तानाजी, आज हिकडं कुनीकडं?''

तानाजी मालुसऱ्यानं आधी आपल्या मिशा गोंजारल्या. मग त्या लहान मुलाकडे बोट दाखवून तो म्हणाला,

''महाराज, ह्यो आपला पोरगा, रायबा.''

''फस्कलास है. बरं मग?''

''ह्याचं आपून मॅरिज काढलंय. आपल्याला मुद्दाम आवतण द्याया आलोय. आपून येयालाच पायजे.''

महाराज दुःखी चेहरा करून म्हणाले, ''आलो असतो तानाजी, आम्ही जरूर आलो असतो मॅरिजला, पण आम्ही हेल्पलेस हाय.''

''काय झालं महाराज?''

महाराजांनी खिडकीकडे बोट केले. ''त्यो शिंव्हगड दिसतोय का तुला हितनं? आईसाहेबांची ऑर्डर झालीय. ह्यो किल्ला सौराज्यात आलाच पाहिजे म्हणून, पण कोन करणार हे काम?''

''महाराज, मी रेडी हाय ना?'' तानाजीने छातीवर हात मारला, ''ह्यो तानाजी असताना आपण इनाकारण काळजी का करता?''

''पन तुझ्या रायबाचं मॅरिज?''

''महाराज, ड्यूटी म्हंजे ड्यूटी. आधी लगीन कोंढान्याचं, मग रायबाचं.''

प्रवेश झकास रंगला. लोकांनी टाळ्यांचा कडकडाट केला. आपल्या बोलण्यात काही घोटाळा आहे किंवा आपल्या ऐकण्यात काही विचित्र आले आहे याचा कुणालाच पत्ता नव्हता. आणखी काय सांगावे?

एकूण इंग्रजीचे कौतुक अजूनही आपल्याकडे आहेच. मग जुन्या काळाबद्दल काय बोलावे? जुन्या काळातले एक रावबहादूर इंग्लंडला जाऊन परत आले. मुळातच त्यांना साहेबांच्या भाषेबद्दल अपार प्रेम. त्यातून नुकतेच लंडनला जाऊन आलेले, मग काय! तिथल्या प्रत्येक गोष्टीचे कौतुक. एकदा ते म्हणाले, ''एवढी मोठी इंग्रजी भाषा आपल्याकडच्या मोठ्या मोठ्या माणसांना नीट बोलता येत नाही, पण ते लोक हुशारच पहिल्यापासनं. मी बघितलं ना, अहो, तिकडची लहान-लहान पोरं, पण फाडफाड इंग्रजी बोलत होती.''

...आता बोला!

☐

फुकट: एक महामंत्र

जगात प्रत्येक गोष्टीला काही ना काही महत्त्व आहे आणि म्हणूनच तिला काही किंमत आहे. ही किंमत दिलीच पाहिजे. तरच त्या वस्तूचा उपभोग घ्यायचा अधिकार आपल्याला प्राप्त होतो, पण काही महाभागांना हे तत्त्वज्ञान मान्य नसते. प्रत्येक गोष्ट आपल्याला मिळाली तर पाहिजेच, पण कसलीही किंमत न मोजता ती मिळावी अशी त्यांची इच्छा असते. थोडक्यात म्हणजे सगळे काही फुकट पदरात पडावे असे त्यांना मन:पूर्वक वाटते. पूर्वी हवा, पाणी या गोष्टी खरोखरीच फुकट होत्या. 'हवा खायला काय पैसे पडतात का?' असे आपण विचारीत असू, पण आता शहरात हवेलासुद्धा पैसे पडतात. सायकलीच्या ट्यूबमध्ये किंवा मोटारीच्या चाकात हवा भरायची असेल तर ती फुकट मिळत नाही. तिला पैसे पडतात. वातानुकूलित खोली किंवा आगगाडीचा तसला डबा या ठिकाणी बसायला बराच खर्च येतो. पाण्याचेही तसेच आहे. नदी, ओढे, तलाव यातले पाणी फुकट असले तरी तेच पाणी

नळाने घरी आले की, 'पाणीपट्टी' नावाचा कर घरमालकाला द्यावाच लागतो. या कराला न जुमानता भाडेकरू मंडळी बदाबदा पाणी सोडतात आणि बरीचशी पाण्याची नासधूस करतात ही गोष्ट निराळी, पण काही ठिकाणी नळाला मीटर बसवल्याबरोबर हे बदाबदा प्रकरण आता जरा कमी झाले आहे, पण फुकट मिळते आहे तर का सोडा, ही आमची प्रवृत्ती काही कमी झालेली नाही.

'फुकट' या कल्पनेतला आनंद फार मोठा आहे. लहान मुले चिंचेच्या, पेरूच्या किंवा आंब्याच्या झाडावर चढून धडपड करीत चिंचा, बोरे, पेरू काढतात आणि तसले अर्धे कच्चे पदार्थ मोठ्या आवडीने खातात. त्या धडपडीत एक आनंद आहे ही गोष्ट तर खरीच, पण हे पदार्थ आपल्याला फुकट मिळाले आहेत, हा आनंद त्याहीपेक्षा मोठा! दुसऱ्याच्या बागेतील फुले, कळ्या तोडून नेण्यात हाच स्वर्गीय आनंद आम्हाला मिळत असतो. विकत घेण्यात तो आनंद मिळत नाही. रस्त्यावर एखादा माणूस कुठली तरी हँडबिले, जाहिराती वाटीत उभा असला की, काही सभ्य इसम लगबगीने त्याच्याकडे जातात आणि तो कागद हस्तगत करतात. ज्या जाहिरातीवरून फार तर एकदा ते आपली कृपादृष्टी फिरवतात आणि काळजीपूर्वक तो कागद आपल्या खिशात ठेवतात. नंतर घरी गेल्यावर त्याचा कसलाही दुरुपयोग न करता तो एकदम रद्दीच्या टोपलीत टाकून मोकळे होतात, पण कुठली तरी वस्तू आपल्याला एकदम फुकटात मिळाली आहे याचा त्यांना होणारा आनंद अवर्णनीय असतो.

'फुकट' हा आमच्या सार्वजनिक जीवनातला महामंत्रच आहे म्हणा ना! या महामंत्राचा जप केला की, ब्रह्मानंदाच्या जवळपास होणारा हर्ष आम्हाला प्राप्त होतो. काही श्रेष्ठ मंडळींनी तर 'फुकट' हे आपल्या संपूर्ण जीवनाचे तत्त्वज्ञानच बनवले आहे. तीर्थक्षेत्राच्या ठिकाणी अशा मंडळींचे कळपच्या कळप मी पाहिले आहेत. आमच्या पंढरपूरला सगळे आयुष्य फुकटावर काढणारे कितीतरी लोक लहानपणी मी पाहिले. दिवसभर कसलाही उद्योग करायचा नाही. फक्त झोपा काढायच्या आणि चकाट्या पिटायच्या. एक गोष्ट मात्र कटाक्षाने पाळायची. सकाळी मंडईत जाऊन द्रोण, पत्रावळी, केळीची पाने इ. साहित्य विकणाऱ्या दुकानासमोर जाऊन मुक्काम ठोकायचा. कोण ते साहित्य विकत घेऊन जातो हे काळजीपूर्वक पाहायचे, त्याचा पाठलाग करून, तो कोणत्या घरात शिरतो हे नीट लक्षात ठेवायचे. आज त्यांच्याकडे भोजनाचा बेत आहे हे हेरून बरोबर दुपारी बारा वाजता त्यांच्या घरात सोवळे, भांडे घेऊन शिरायचे आणि हात जोडून यजमानांना नम्रपणे विनंती करायची.

"गरीब ब्राह्मण आहे. जेवायची इच्छा आहे. ब्राह्मणाला जेवू घालाल, तर फार उपकार होतील."

यजमानाच्या घरी पारणे असो नाहीतर श्राद्धपक्ष असो, त्याच्याशी या गरीब

ब्राह्मणाला काहीच कर्तव्य नसते. जेवण फुकटात पदरी पडले म्हणजे झाले! यजमानही मग दयार्द्र अंत:करणाने त्याला एका पानावर बसवतो आणि पोटभर जेवू घालतो. त्याची दुपार भागते. फुकटावारी असे आयुष्य काढणाऱ्या त्या महाभागांना 'जगे' असेच नाव आहे. केवळ जगणे हाच यांचा सर्वांत मोठा पराक्रम!

'जगे' लोकांची गोष्ट सोडून द्या. बोलून-चालून ते तर 'जगे'; पण सुशिक्षित पांढरपेशा समाजात तरी 'फुकट'चा आनंद मिळवण्याची महत्त्वाकांक्षा काय कमी आहे का? वर्तमानपत्रातील बातम्या वाचण्याची तर हौस असते, पण हे वर्तमानपत्र आपण विकत घेऊन वाचावे अशी दुष्टबुद्धी या सज्जनांना कधी होत नाही. शेजाऱ्याचे वर्तमानपत्र हे आपल्यासाठीही आहे असा त्यांचा ठाम विश्वास असतो. ते व्रत ते निष्ठेने पाळतात. काही वेळा तर मालकाच्या आधी स्वत:च ते वृत्तपत्र हस्तगत करून आपले व्रत कसोशीने चालू ठेवतात. एकदा तर मी विकत घेऊन हातात घेतलेले वर्तमानपत्र समोरच्या माणसाने जवळजवळ हिसकावूनच घेतले आणि 'काय म्हणतो आजचा तरुण भारत?' असे भाष्य करून ते घाईघाईने वाचायला सुरुवात केली. मी काय म्हणतो, यापेक्षा आजचा 'तरुण भारत (फुकटात)' काय म्हणतो या गोष्टीचे त्यांना महत्त्व वाटत असावे. मग मी तरी काय करणार? मी सरळ ते वर्तमानपत्र त्यांच्या हातून ओढून घेतले आणि काखोटीला मारले, वर निर्लज्जपणे सांगितले, ''असं करा. वर्तमानपत्र विकत घ्या अन् शांतपणे वाचा. उगीच जिवाला त्रास कशाला करून घेता?''

यावर त्या गृहस्थांनी जळजळीत दृष्टीने माझ्याकडे पाहिले. एक तुच्छतादर्शक कटाक्ष फेकला. मग म्हणाले, ''अहो, निदान मधलं पान तरी ठेवायचं! सगळाच्या सगळा पेपर तुम्ही काय एकदम वाचणार आहात काय?''

यावर मी बापडा काय बोलणार?

जे वर्तमानपत्राचे तेच पुस्तकांचे. आम्ही पुस्तके वाचू, पण फुकट. विकत अजिबात घेणार नाही असा पणच या मंडळींनी केलेला असतो. आपल्या टेबलावर नवे पुस्तक दिसले की, या महाभागांनी त्यावर झडप घातलीच म्हणून समजावे! कामाच्या चार गोष्टी बोलून झाल्या की, पुस्तक हातात घेऊन 'हे घेऊन जातो मी जरा वाचायला' असे म्हणून ते जायला निघतातच. नाही म्हणायची आपली छातीच होत नाही. (हे पुस्तक नीट बंदोबस्तानेही नेत नाहीत. भाजी आणलेल्या पिशवीत तसेच कोंबतात आणि तरातरा चालू लागतात. आपला जीव वरखाली होतो.) काही वेळा ते पुस्तक परत येतच नाही. काही वेळेस येते, पण ते अशा अवस्थेत येते की, आपल्यालाच आपले पुस्तक ओळखू येत नाही. त्याचे कारण अगदी सोपे असते. एका फुकट्याकडून ते दुसऱ्या फुकट्याने नेलेले असते आणि दुसऱ्याकडून तिसऱ्याने! इतका दीर्घ प्रवास केल्यावर त्या पुस्तकाचे मलमली तारुण्य कसे

शिल्लक राहणार!

आपल्या डोळ्यांदेखत त्याचे विकलांग म्हातारपण आपल्याला पाहावे लागते. काही काही कल्पक वाचक तर त्यावर कुणाचे तरी नावगाव, पत्ता सर्व लिहून ठेवतात. काही वाचकांचे चिरंजीव चित्रकार असावेत हेही पुस्तक परत आल्यावर पाहताना लक्षात येते. फुकटपणाचे हे पैलू फारच भयानक आहेत.

व्याख्यान नावाची गोष्ट तर फुकट ऐकण्याचीच असते याबद्दल आम्हाला शंकाच वाटत नाही. एखाद्या व्याख्यानाला तिकीट लावले आहे हे ऐकले म्हणजे आम्हाला आश्चर्यच वाटते. माझ्या ओळखीचे एक गृहस्थ तर ही अद्‌भुत वार्ता ऐकून थक्कच झाले.

"व्याख्यानाला अन् तिकीट? काय म्हणता काय?"

"ही गोष्ट खरी आहे. प्रवेशमूल्य ठेवलंय त्या व्याख्यानाला."

"अहो कोण यायला लागलंय पैसे देऊन तुमच्या या व्याख्यानाला! लोक आधी फुकट यायची मारामार. तिकीट लावलंय म्हटल्यावर तर एक कुत्रंसुद्धा फिरकणार नाही. मी सांगतो! अहो, आम्ही आलोय ना व्याख्यान ऐकायला, त्याबद्दल आम्हालाच पैसे द्या असं म्हणणारे लोक आहेत आपल्याकडे."

व्याख्यान देणाऱ्या वक्त्याला आपल्या विषयाची काही पूर्वसिद्धता करावी लागते, वेळ खर्च करावा लागतो आणि तास दीड-तास आपले रक्त आटवावे लागते याची काहीच काळजी कुणाला नसते. हा एक फुकट चालणारा कार्यक्रम आहे आणि आपण आपला बहुमोल वेळ खर्च करून त्याला उपस्थित आहोत हे आमचे तुमच्यावर उपकारच आहेत या भावनेने मंडळी व्याख्यानाकडे पाहत असतात. मी अनेकवेळा पाहिले आहे. वसंत व्याख्यानमालेसारख्या एखाद्या प्रतिष्ठित व्याख्यानमालेत एखाद्या चांगल्या वक्त्याचे भाषण असते. समोर खुर्च्या मांडलेल्या असतात. पाठीमागे बाकडी ठेवलेली असतात किंवा सतरंजी टाकलेली असते. व्यवस्थेसाठी म्हणून भोवताली बांबूचे कुंपण घातलेले असते अन् प्रवेशमूल्य असते एक रुपया किंवा पन्नास पैसे, पण तरी ही मंडळी तिकीट काढत नाहीत. बाबूंच्या कुंपणाबाहेर उभी राहतात. बरं, त्यांना जर हटकलेच आणि सांगितले–

"तिकीट काढा ना, अन् आत जाऊन बसा." की ते लगेच लगबगीने सांगतात, "तशी काही जरुरी नाही. इथं ऐकू येतंय–"

अन् दुसरा कुणी ओळखीचा तिकीट काढणारा त्यांना दिसलाच तर ते तत्परतेने त्याला हाक मारून सांगतात, "अहो बाबुराव, तिकीट कशाला काढताय? इकडं या. इथं ऐकू येतंय ना सगळं अन् तसं काही नाही. थोड्या वेळानं सोडतात सगळ्यांना आत फुकट."

'फुकट'ची महती अशी अगाध आहे.

पुण्यात मी रोज सकाळी एका देवळाच्या परिसरात फिरायला जातो. नाना प्रकारची मंडळी येत असतात. काही धार्मिक वृत्तीची माणसंही भक्तिभावाने येतात. एक वृद्ध गृहस्थ एकदा छोटी-छोटी धार्मिक पुस्तके घेऊन तेथे आले होते आणि ती पुस्तके सर्वांना फुकट वाटीत होते. लहान मुले, मोठी माणसे, बायका यांची गर्दी त्यांच्याभोवती जमली होती. प्रत्येकजण त्यांच्याकडून मोठ्या अगत्याने पुस्तक मागून घेत होता. काही काही तर दोन-दोन, तीन-तीन पुस्तके पळवताना दिसले.

मला राहवेना. मी त्या गृहस्थांना म्हणालो, ''अहो, तुम्ही ही पुस्तकं फुकट का वाटताय?''

ते गृहस्थ हसून बोलले, ''धार्मिक पुस्तके आहेत. तेवढीच घरोघर जातील. लोक वाचतील. त्यांच्यावर काही चांगले संस्कार होतील ना–''

''मुळीच होणार नाहीत. मी सांगतो–''

''कशावरून?'' ते गृहस्थ रागावले.

''कारण तुम्ही ती फुकट वाटीत आहात. म्हणून हे लोक हावरेपणानं ती घेताहेत. एकेक तर दोन-दोन तीन-तीन कॉपीज घेताहेत–''

''बरं मग?''

''ते मुळीच ही पुस्तकं वाचणार नाहीत. फुकट गोष्टीला कसलीही किंमत नसते. घरात नेऊन ते चार दिवस ठेवून देतील अन् पुढच्या वर्षी रद्दी म्हणून विकतील.''

ते गृहस्थ जरा विचारात पडले. ''मग मी काय करावं म्हणता?''

''तुम्ही फुकट वाटू नका. थोड्या किमतीत विका. बाजाराची किंमत तीन रुपये आहे ना? तुम्ही एक रुपयाला द्या. पन्नास पैशाला दिलंत तरी चालेल. बघा तर प्रयोग करून.''

त्या गृहस्थांनी दुसऱ्याच दिवसापासून हा प्रयोग करून पाहिला. पन्नास पैशालासुद्धा ते विकत घ्यायला त्यांच्याकडे कुणी आलं नाही.

सारांश काय, जगात फुकट मिळणाऱ्या वस्तूला कसलीही किंमत नसते आणि 'फुकट' हा तर आमचा महामंत्र आहे ना? अन् आपल्या लोकांबद्दल काय बोलावे? आपल्याकडे एकेक वीर असे आहेत की, लाकडे फुकट मिळताहेत असे जर कुणी सांगितले तर ते ताबडतोब (फुकट) मरायलासुद्धा तयार होतील!...

भविष्याचा नाद

माणसाला नाना प्रकारचे नाद असतात. कुणाला पोस्टाची तिकिटे जमवण्याचा नाद असतो, तर कुणाला थोरामोठ्यांचे हस्ताक्षर आणि सह्या जमवण्याचा छंद असतो. काहीजण गिरीशिखरे पादाक्रांत करण्याच्या मागे लागलेले असतात; तर काही छांदिष्ट पुस्तकांच्याच जगात रमलेले असतात. जगात नाना प्रकारची मनुष्यरत्ने आहेत. कुठल्या रत्नाचे तेज कुठे फाकेल याचा काही नेम नाही. काही मंडळींना असेच भविष्याचे वेड असते. आपल्या आयुष्यात कोणकोणत्या पडामोडी होणार आहेत हे आधीच जाणून घेण्याची त्यांची जबरदस्त इच्छा असते. भविष्यात आपल्या वाट्याला काय वाढून ठेवले आहे याची उत्सुकता कुणाला नसते? सर्वांनाच या अज्ञात भविष्याबद्दल विलक्षण कुतूहल असते. भविष्याच्या गूढ अंधारात काय लपलेले आहे हे तुमच्याआमच्यासारख्या सामान्य माणसाला कळणे शक्यच नाही. हे ज्ञान फक्त काही शास्त्रांनाच ठाऊक असते. या शास्त्रांनाच 'फलज्योतिषशास्त्र' असे नाव

आहे. कुंडली हे त्याचे मुख्य साधन. आपल्या जन्माच्या वेळी आकाशात निरनिराळे ग्रह कोणकोणत्या स्थानावर होते आणि त्यांचे त्यावेळी परस्परांशी संबंध कसे होते, यावरून आपल्या आयुष्यातील महत्त्वाच्या गोष्टी ठरतात असे म्हणतात, म्हणून पत्रिका बघणे आणि पत्रिका दाखवणे हा एक छंदच काहीजणांना लागलेला असतो. काही लोकांना तर स्वत:ची पत्रिका पाठच असते. जरा विषय निघाला की, ते लगेच आपली पत्रिका कागदावर लिहून तो कागद बघणाऱ्याच्या समोर धरतात. माझ्या एका मित्राच्या खिशात तर कायम स्वत:ची कुंडली मांडलेला कागद तयारच असायचा. जरा कुणी पत्रिका बघणारा आहे असे दिसायचा अवकाश, याने आपला कागद त्याच्यासमोर धरलाच!

"जरा एवढी पत्रिका बघा बरं. काही बरा योग आहे का? स्त्रीसुख वगैरे?" हा त्याचा प्रश्न ठरलेला.

माझ्या माहितीचे एक पुस्तक दुकानदार होते. आमच्या गल्लीतच त्यांचे धार्मिक पुस्तके आणि शालेय पाठ्यपुस्तके यांचे दुकान होते. वाचनाच्या वेडापायी मी त्यांच्या पुस्तकाच्या दुकानात नेहमी बसलेला असायचो. त्यांना हा नाद विलक्षण!... पहिली काही वर्षे दुकान भरभराटीस होते, पण पुढे अवकळा आली. धंदा बसला. गिऱ्हाईक नावाचे माणूस दुकानाकडे फारसे फिरकेनासे झाले. मग तर त्यांचा हा नाद फारच वाढला. साधे धार्मिक पुस्तकाचे पार्सल जरी पुण्या-मुंबईहून मागवलेले असले तरी ते सोडवून घ्यायला पैसे नसायचे. बँकेच्या पत्त्यावर रशीद मागवलेली असायची. बँकेत पैसे भरल्याशिवाय पार्सल कसे सोडवणार? दिवसभर ते हातात पत्रिका घेऊन बसलेले असायचे. पत्रिका बघणारा एखादा कुडमुड्या ज्योतिषी जरी दुकानात आला तरी ते त्याच्यासमोर पत्रिका ठेवून अजिजीने विचारायचे, "मास्तर, बघा ना जरा पत्रिका, पार्सल सुटेल का आज?" मग मास्तर नावाचा तो कुडमुड्या ज्योतिषी ती पत्रिका बारकाईने पाहण्याचा देखावा करी. बराच वेळ हाताची बोटे मोजी आणि मग गंभीरपणे सांगे, "आज काही नाही, पण उद्या सुटेल पार्सल."

"उद्या पण नक्की ना?"

"हो. उद्या सुटेल. उद्या ग्रहमान बरं आहे. अन् काळजी करू नका दत्तोबा तुम्ही! पुढच्या महिन्यात गुरू पालट होतोय व तो झाला की तुमची पोटापाण्याची काळजी मिटलीच म्हणून समजा!"

पार्सल तर सुटले नाहीच, पण गुरू पालट होऊन गेला. इतरही अनेक ग्रहांच्या बदल्या झाल्या. कुणी सुट्टीवर गेले, कुणी वक्री होते ते नीट वठणीवर आले, पण आमच्या दत्तोबांच्या परिस्थितीत कसलाही बदल झाला नाही. लवकरच दुकानाचे दिवाळे निघाले. दुकान बंद करून दत्तोबा एक खानावळीत वाढपी झाले. त्यांची पोटापाण्याची चिंता खरोखर मिटलीच!...

पण माणसाची जात मोठी चिवट. कितीही प्रतिकूल अनुभव आले तरी माणसाचा नाद काही सुटत नाही. त्याचा भविष्यावरचा विश्वास काही कमी होत नाही. काहीतरी आपलीच चूक असणार अशी त्याची खात्री होते. पत्रिका बघणाऱ्याला ती एक चांगली सोय असते. सांगितलेले भविष्य खरे ठरले तर प्रश्नच नाही. आपण या शास्त्रातले शहाणे आहोतच ही ऐट मिरवता येते. खोटे ठरले तर तुमची पत्रिकाच बरोबर केली नसली पाहिजे असे सांगायला तो मोकळा!

"जन्मवेळ जरा नीट बघा पुन्हा, काय? जन्मवेळ करेक्ट आणलीत ना, बरोबर पत्रिका तयार करतो! कुंडली एकदा करेक्ट मांडली की, आपले भविष्य चुकायचेच नाही!..."

असे सांगितल्यावर बिचारा कुंडलीवाला तरी काय बोलणार? त्याचा जन्म खेडेगावात झालेला. हे चिरंजीव नक्की केव्हा जन्मले हे त्याच्या आईलाही धड सांगता येत नाही तर तो कुठून सांगणार!...

कुंडलीची ही भानगड हस्तसामुद्रिकात नसते. ज्याचा त्याचा हात स्वतंत्र आणि स्वत:चाच असतो. त्यात काही घोटाळा होऊ शकत नाही. "तुमचा हात बरोबर वाटत नाही, जरा नीट काळजीपूर्वक बघून पुन्हा हात दाखवा..." असे काही हस्तसामुद्रिक विद्वान म्हणू शकत नाहीत. या हातावरच्या रेषा न रेषा आणि अनेक प्रकारची जाळी बघून त्याच्या डोक्यात काय प्रकाश पडतो कोण जाणे! काहींच्या हातावर तर अक्षरश: रेषांचे जंगल असते तर काहींच्या हातावर धड दोन-तीन रेषासुद्धा स्पष्ट नसतात, पण तरीही भविष्य सांगणारे या रेषांच्या अरण्यातून (किंवा वाळवंटातून) बरोबर माग काढतात आणि तुम्हाला तुमचा रम्य भविष्यकाळ ठणकावून सांगतात.

एका रस्त्यावरच्या कुडमुड्या ज्योतिषाला मी मुद्दामच गंमत म्हणून हात दाखवला. त्याची दोन रुपये फी कबूल केली. मग त्याने बराच वेळ माझ्या हातावरील रेष न् रेष भिंगाच्या साहाय्याने काळजीपूर्वक पाहिली. थोडा वेळ विचार करण्यात घालवला. मग अत्यंत कौतुकाने मान हलवीत तो म्हणाला, "फार उत्कृष्ट हात आहे साहेब तुमचा. थोडक्यात चुकलं, नाहीतर..."

"नाहीतर काय?"

"प्रत्यक्ष प्रभू रामचंद्रांचा हात! फार भाग्यवान हात आहे."

थोडक्यात चुकल्याबद्दल मी मनातल्या मनात प्रभू रामचंद्रांचे आभार मानले. तो चौदा वर्षांचा वनवास तरी टळला अन् बायकोला टाकून देण्याची आपत्तीही टळली. या वयात दुसरी बायको आपल्याला देतो कोण? पहिलीच कशीबशी मिळाली आहे, असे सूज्ञपणाचे विचार माझ्या मनात आले आणि मोठ्या आनंदाने मी दोन रुपये त्याला देऊन माझा 'दगडाखाली' गुंतलेला हात सोडवून घेतला.

कुठेही पहा, ज्योतिष सांगणारांचे एक सूत्र कायम असते. कधीही तुम्हाला दुःख देणारे, उद्विग्न करणारे भविष्य सांगायचे नसते तर सगळे गोडगोड आणि चांगलेच सांगायचे असते. वाईट काळ असलाच (आणि तो असतोच म्हणा), तर तो लवकरच संपणारा असून, ग्रहणयुक्त झालेल्या सूर्याप्रमाणे तुम्ही लवकरच अधिक तेजस्वी दिसू लागाल, याची तो आपल्याला हमी देतो. वर्तमानपत्रातील राशीभविष्य वाचता की नाही? मी तरी नियमितपणे वाचतो. त्यात प्रतिकूल फारच थोडे असते. बराचसा उपदेशच असतो. हा उपदेश तुम्ही पाळलात तर तुमचे भले होईल याबद्दल निश्चिती असते. चुकून माझ्या राशीला प्रतिकूलच भविष्य वाचायला मिळाले तर मी खट्टू होत नाही. दुसऱ्या वर्तमानपत्रातील राशीभविष्य वाचतो आणि मग माझे मन पुन्हा पुलकित होऊन उठते, कारण त्यात सर्व ग्रहांनी मला पूर्ण पाठिंबा दिलेला असतो आणि मला मन:पूर्वक शुभेच्छा दिलेल्या असतात. म्हणून राशीभविष्य माणसाने नियमितपणे वाचीत जावे. फार तर अनेक वर्तमानपत्रातील राशीभविष्य वाचण्याची सवय ठेवावी. हळूहळू आपण स्थितप्रज्ञतेच्या पदवीला जाऊन पोहोचतो. (आचार्य अत्रे यांचे मात्र उलट मत होते. एकदा व्याख्यानात ते म्हणाले होते, ''लोकहो, साप्ताहिक भविष्य वाचीत जाऊ नका. सगळं खोटं असतं. गेल्याच आठवड्यात माझं भविष्य होतं– 'या आठवड्यात सतत प्रवासयोग आहे. कुटुंबसौख्य भरपूर मिळेल.' हे काय भविष्य झाले! प्रवासात कुटुंबसौख्य कसे मिळेल?'')

भविष्य कथनाच्या अनेक तऱ्हा मी पाहिल्या आहेत. काही ऐकल्या आहेत. भृगुसंहितेत तर तुमचे सगळे भविष्य तयारच लिहिलेलं असतं. (फक्त पत्रिका बरोबर पाहिजे.) पण याचे आश्चर्यकारक अनुभव येतात असे काही मंडळी सांगतात. सूर्यसंहितेत माणसाला उन्हात उभे करून त्याची सावली मोजतात व त्या सावलीवरून भविष्य सांगतात. मीही मुंबईत एकदा माझी सावली मोजायला दिली. त्याने काय भविष्य वर्तवले ते मात्र आता माझ्या लक्षात नाही. अंकशास्त्र, रमलशास्त्र किती प्रकार आहेत भविष्य सांगणाऱ्यांचे! एकूण सांगू? एकाने तर माझ्या तळपायाच्या रेषाही न्याहाळून पाहिल्या होत्या. ते पाहून माझ्या तळपायाची आग मात्र मस्तकात गेली नाही. कारण बघणारे माझे एक स्नेहीच होते.

भविष्याचे अनुभव क्वचित कुणाला आश्चर्यकारकरीत्या खरे ठरल्याचे अनुभवाला येते. तसा अनुभव येतही असेल, कारण हेही एक अपूर्ण का होईना पण शास्त्रच आहे आणि भविष्य खोटे ठरले तरी माणसाचा नाद कधीच कमी होणार नाही. कारण खरे-खोटे काही का असेना, पण हे भविष्य माणसाला धीर देत असते, त्याचा जगण्याचा उत्साह वाढवीत असते. थोडी वाट पाहायला शिकवते. एका माणसाची नाही का गंमत झाली? तो बिचारा फार गांजलेला होता. बिकट, प्रतिकूल परिस्थितीने अगदी हताश झाला होता. आपल्या नशिबात काय आहे ते तरी एकदा पाहू या

म्हणून तो एका हस्तसामुद्रिकाकडे गेला आणि हात पुढे करून म्हणाला, "बघा हो, काय आमच्या नशिबात आहे ते सांगा तर खरं!"

त्या ज्योतिषाचार्यांनी त्याचा खडबडीत हात आपल्या हातात घेतला, नीट न्याहाळला, मग गंभीर मुद्रा करून ते म्हणाले, "वयाच्या पस्तीसाव्या वर्षापर्यंत तुमच्या नशिबात सतत कष्ट, हालअपेष्टा, दुःख, अपयश, निराशा आहे..."

"हो अगदी बरोबर. अगदी बरोबर... अन् पुढे?" त्या गृहस्थाने मोठ्या उत्सुकतेने विचारले.

"पुढे?" असे म्हणून ज्योतिषी जरा थांबले. मग म्हणाले, "पुढं सवयीने या सगळ्या गोष्टींचं तुम्हाला काहीच वाटेनासं होईल."

"हां. मग हरकत नाही."

त्या बिचाऱ्याला त्यातल्या त्यात समाधान वाटले.

□

गणेशोत्सव संपला, पुढे काय?

गणेशोत्सवाचे पूर्वीचे जुनाट स्वरूप बदलून आता त्यास नवीन भव्यदिव्य आकार प्राप्त झाला आहे ही फार आनंदाची गोष्ट आहे. पूर्वी गणपतीची स्थापना घराघरांतल्या एखाद्या कोनाड्यात व्हायची. तेल्या-तांबोळ्यांचे पुढारी म्हणविणाऱ्या बाळ गंगाधर टिळक नावाच्या एका संपादकांनी हा कोनाड्यातील गणपती बाहेर काढला आणि सार्वजनिक ठिकाणी पहिल्यांदा आणला असे म्हणतात. सर्व जातीपंथाच्या लोकांना एकत्र आणावे आणि त्यांच्यात जागृती घडवून आणावी, असा त्यांचा हेतू होता असेही सांगतात. टिळकांनी सुरू केलेल्या या उत्सवाला नुकतीच शंभर वर्षे पुरी झाली. त्याची शताब्दीही अनेक ठिकाणी यंदा उत्साहाने साजरी झाली. ती साजरी करताना यंदाच्या गणेशोत्सवात पूर्वीचा जुनाटपणा काहीही राहिलेला नाही हे पाहून कोणाही मराठी माणसाचे मन आनंदाने उचंबळून आले असेलच. अहो, काय ते पूर्वीचे गणपती उत्सव! मला चांगले आठवते, महाविद्यालयीन शिक्षणासाठी मी

जेव्हा पुण्यात आलो तेव्हाचे ते उत्सव किती कंटाळवाणे असत. त्यावेळी मोठमोठ्या कीर्तनकारांची कीर्तने या उत्सवात होत आणि ती ऐकायला हजारो रिकामटेकडे श्रोते जमत. विद्वान समजल्या जाणाऱ्या वक्त्यांना मुद्दाम परगावहून बोलावून आणत आणि त्यांची 'देशाची सद्य:स्थिती' या विषयावर व्याख्याने होत आणि लोकही असे चमत्कारिक की, असली व्याख्याने ऐकायलासुद्धा अगदी हजारोंच्या संख्येने नाही तर शेकडोंनी जमत. आता 'देशाची सद्य:स्थिती' हा का व्याख्यानाचा विषय आहे? आज तसा विषय ठेवला तर गणपतीच्या मंडपाकडे कुत्रेसुद्धा फिरकणार नाही. आणखी सांगावयाची गोष्ट म्हणजे अशा सार्वजनिक गणपती उत्सवात मोठमोठ्या गवयांच्या शास्त्रोक्त संगीताच्या बैठका होत. ते गाणे ऐकायलासुद्धा शेकडोंच्या संख्येने लोक गोळा होत. अगदी रस्त्यावर, पदपथावर बसून रात्र-रात्र गाणे ऐकत. या गणेश मंडळांचे आवडते गवईसुद्धा ठरलेले असत. शिवाजी मंदिरात प्रतिवर्षी मास्टर कृष्णरावांचे गाणे असायचेच. फडके हौदापाशी हिराबाई बडोदेकर यांचे गाणे व्हायचेच. एकदा तर मंडईच्या गणेशोत्सवात एका प्रख्यात खाँसाहेबांची बैठक झाली होती. आता शास्त्रोक्त गाण्यात नवीन ते काय असते? ताचे तो न कळणारा आरडाओरडा आणि तबलजी-सारंगीवाल्यांचा गोंधळ; पण तरी शेकडो लोक जमायचे. रात्र रात्र ऐकायचे. मी तर लहान मुलगाच. मला काय कळते? मी वेड्यासारखा अशा गवईबुवांची गाणी रात्र-रात्र ऐकत रस्त्यावर बसायचो. एखादे कीर्तन ऐकायचो. नवीन वक्त्यांची भाषणेही भक्तिभावाने ऐकत बसायचो. सगळे कसे हसू येण्यासारखे आहे की नाही?

पण सुदैव गणपतीचे! आता हा जुनाटपणा आणि गबाळेपणा आजच्या लोकांनी पार काढून टाकला आहे. आताच्या गणेशोत्सवाची झळाळी आणि नवलाई काही वेगळीच आहे. आता व्याख्यान नावाचा कंटाळवाणा प्रकार सहसा आढळत नाही. कीर्तने क्वचित एखाद्या मूलतत्त्ववादी गणेश मंडळात. सगळ्यात उत्तम गोष्ट म्हणजे शास्त्रोक्त संगीत नावाचा लोकांना वैताग आणणारा प्रकार आता पूर्णपणे थांबला आहे. 'सार्वजनिक गणेश उत्सवात शास्त्रोक्त संगीताची बैठक मांडणारा गवई कळवा आणि हजार रुपये मिळवा' अशी जाहिरात द्यायला सध्या काहीच हरकत नाही. हे सगळे आता लोकांना आयते मिळते. चित्रफिती आहेत, ध्वनिफिती आहेत, आकाशवाणी आहे. 'दूरदर्शन' तर आता घरोघरी आहे. आता या कार्यक्रमांची हजेरी गणपती उत्सवात कशाला पाहिजे. आता फक्त डोळ्यांना आनंद देणाऱ्या गोष्टी. गणपतीची मूर्ती शक्य तेवढी दांडगी असावी. भोवताली एखाद्या पौराणिक, ऐतिहासिक प्रसंगाची सजावट आणि डोळे दिपवून टाकणारी रोषणाई असली म्हणजे संपले. बाकीची अडगळ पाहिजे कशाला? आता लोकांनी फक्त गणपती पाहत नुसते हिंडायचे आणि ठिकठिकाणच्या विद्युतदीपांचा लखलखाट पाहून तृप्त व्हायचे.

डोळ्यांना आनंद आणि डोक्याला शीण अजिबात नाही. हा नुसता गणेशोत्सवच नव्हे, तो प्रामुख्याने नयनोत्सव झाला पाहिजे.

या उत्सवासंबंधी नुकतीच मी आमच्या गल्लीतील एक प्रसिद्ध दादा बाळकोबा भीमराव दांडगे यांच्याशी बातचीत केली. विसर्जनाच्या मिरवणुकीतून ते नुकतेच मोकळे झाले होते, त्यामुळे त्यांच्या अंगावरील लाल गुलाल अजून तसाच कायम होता. त्यांच्या डोक्यातही गुलाल भरपूर गेला असल्यामुळे त्यांचे डोके 'बुड्ढीके बाल' सारखे दिसत असून, त्यामुळे त्यांच्या मुखमंडळाची शोभा अप्रतिम दिसत होती. शिवाय त्यांच्या मुखाला रात्रीच्या पेयाचा मधुर गंध अजूनही येत होता, त्यामुळे ही बातचीत फारच मनोरंजक आणि बोधप्रद झाली. गणेशोत्सवाचे सध्याचे बदलते आधुनिक स्वरूप आणि त्याचे लाभ याविषयी बोलताना ते प्रारंभीच म्हणाले, "हे पहा, गणपती उत्सव आणि राजकारण यांचा फार जवळचा संबंध आहे."

"खरं आहे. लोकमान्य टिळकांनी त्यातूनच राजकारण केलं!" मी मान डोलवली.

"ते जाऊ द्या, पण राजकारणात शिरायचं तर अनेक महत्त्वाच्या गोष्टी माणसानं आधीच शिकून घेतल्या पाहिजेत." ते म्हणाले, "त्या शिकण्याची संधी या उत्सवात मिळते."

"कोणत्या त्या गोष्टी?"

"तुमच्या शिक्षणाचं उदाहरण घ्या. प्राथमिक शाळेत जाण्यापूर्वी हल्ली मॉंटेसरीत जावं लागतं ना? तसंच हे आहे. राजकारणी सुरुवात मुनशीपाल्टीतून करतात, पण त्याच्या आधी कार्यकर्ता गणपती-उत्सवात तयार झाला पाहिजे. मग पुढे काही भीती नाही."

"म्हणजे काय?" मी हात जोडून नम्रतेने प्रश्न केला.

"पहिली गोष्टी म्हणजे गल्लीत आपला गणपती उत्सव वेगळा करायचा. काही भंपक लोक सांगतील की, आपण सगळे मिळून या भागात एकत्र उत्सव करू, पण त्यांचं अजिबात ऐकायचं नाही. आपली चूल वेगळी हे तत्त्व नेहमी लक्षात ठेवायचं. त्याशिवाय आपल्याला संधी मिळणारच नाही. आपल्या पाठीमागे येणारी दहा-पाच माणसं कुठंही मिळतात. ती गोळा करून लगेच वर्गणी गोळा करायचा दणका सुरू करायचा. त्यात हयगय करायची नाही. टोळक्याटोळक्यानेच घरोघर जाऊन वर्गणी मागायची. असे टोळके आले की, घरातली माणसं घाबरतात. मुकाट्यानं वर्गणी देतात. अमुक इतके पैसे तुम्ही दिलेच पाहिजेत, असा आपण प्रेमळ हट्ट धरायचा. तो गयावया करील, पण अजिबात ऐकायचं नाही. तरणी पोरं नाराज होतील अशी भीती आपण त्यांना घालायची. मुकाट्यानं पैसे देतात. माझा अनुभव आहे. दुकानदार, हॉटेलवाले यांना मात्र सरळ-सरळ दमच भरायचा, 'गल्लीत राहायचंय ना तुम्हाला? धंदा करायचा का नाही?' असा सज्जड धाक घातला की सगळे कुरकुरत, मनातल्या

मनात शिव्याशाप देत, पण मुकाट्याने पैसे काढून देतात. भरपूर पैसा गोळा झाला पाहिजे. पावती मात्र द्यायला चुकायचे नाही हं. जमेच्या बाजूला सगळा व्यवहार चोख ठेवायचा. खर्चाचा काय, ते आपल्या हातातच असतं–'' दांडगेदादा गदगदून हसले. त्यांच्या गुलाबी मुद्रेवरील ते हसू फारच मोहक होते. मलादेखील मनापासून हसू आले.

''मग पुढं काय करायचं?''

''पुढं काय? ही पहिली गोष्ट कार्यकर्ता शिकला की महत्त्वाचं काम झालं. कुठल्याही गोष्टीतून पैसे कसे काढावेत ही गोष्ट समजली म्हणजे राजकारणातला पहिला धडा त्याने गिरवला असं समजायला हरकत नाही. दुसरी गोष्ट म्हणजे कीर्तनं, व्याख्यानं, गाणीबिणी असल्या फालतू गोष्टींसाठी पैसे खर्च करायचे नाहीत. फारतर एखादा डान्सिंग पार्टीचा कार्यक्रम, ऑर्केस्ट्रा असलं काहीतरी ठेवायचं. बाकी सगळं लायटिंगवर मारायचं. एखादा देखावा उभा करायचा म्हणजे झालं! लोक आपोआपच गर्दी करतात.''

''बाकी काही कार्यक्रम नकोत!''

''लाऊड स्पीकर असणारच! रात्रभर नुसत्या रेकॉर्डी लावायच्या, त्यात चुकायचं नाही. म्हणजे कार्यकर्ती पोरं रातसार जागी राहतात. त्यांना काहीतरी काम केल्याचं समाधान मिळतं अन् स्पीकर जोरात ठेवायचा. सबंध गल्ली दणाणली पाहिजे. एकजण झोपता कामा नये.''

''त्यामुळे काय होतं?''

''आपलं, 'उपद्रव मूल्य' सिद्ध होतं. राजकारणात शिरायचं तर चांगलं नाही काही करता आलं तरी हरकत नाही, पण आपली 'नुईसन्स व्ह्यॅल्यू' वाढली पाहिजे. म्हणजे लोक आपल्याला दबकतात. मोठमोठे प्रतिष्ठित लोकसुद्धा आपल्याला हात जोडतात. आपण जे सांगू ते करायला तयार होतात. पुढारीपण मिळवण्याचा हाच मार्ग आहे. या मार्गानंच जाऊन मी पुढारी झालो. मुनशीपाल्टीत निवडून आलो ते याच ताकदीच्या जोरावर.''

बाळकोबांनी राजकारण यशस्वी होण्यासाठी सांगितलेली ही गुरुकिल्लीच होती. मला त्यांचे म्हणणे तंतोतंत पटले.

''खरं आहे, तुम्ही म्हणता ते. यामुळे पोलीस खात्याशीही आपला जवळचा संबंध येत असेल नाही?''

''येणारच!...'' बाळकोबा हसून बोलले. ''पोलीस अधिकारीही आम्हाला मग जरा टरकूनच असतात. आमच्याशी गोडगोड बोलतात. आमचं एखादं काम निघालं की, मुकाट्यानं करतात. इतरही फायदे आहेत. तरण्या पोरांच्या या भानगडीतून पोरीबाळींशी ओळखी होतात. संघस्टन वाढतं. एखाद्याचं जमून जातं.''

"असाच कार्यक्रम विसर्जनापर्यंत रोज चालू ठेवायचा म्हणता?"

"अगदी रोज. हो, आरती मात्र चुकवायची नाही. ती सकाळ-संध्याकाळ नीट चालू ठेवायची. म्हणजे जुनी माणसं खूश होतात. पोरांचा चहा-चिवडा यांचा रतीबही चालू ठेवायचा."

"अन् विसर्जन?"

"हो, ते अगदी दणक्यात झालं पाहिजे. गुलाल पोत्यांनीच आणायचा. पहिली गोष्ट म्हणजे या सगळ्या तरण्या कार्यकर्त्यांना भरपूर पाजायची. म्हणजे तासन् तास ते धांगडधिंगा घालतात. समद्या जातिधर्माच्या लोकांना एका ठिकाणी आणायचा या उत्सवाचा हेतू आहे म्हणतात ना? दारू पाजली की, हे काम बरोबर होतं. सगळे आपोआप एका ठिकाणी येतात. अगदी गळ्यात गळा घालतात. मिरवणुकीत आपला दंगा सर्वांत उठून दिसला पाहिजे म्हणजे बघणारेही दबकतात. पुढच्या वर्षी वर्गणी मागायला गेलं की, मुकाट्याने मागेल तेवढे पैसे देतात. एक गोष्ट मात्र बिनचूक करायची, जमाखर्चाचं एक चोपडं छापून प्रसिद्ध करायचं. त्याला जाहिरातीही मिळतात. सगळा कारभार चोख ठेवायचा. हे सगळं जमलं म्हणजे राजकारणात शिरण्याची त्याची पूर्वतयारी पूर्ण झाली. मग मुनशीपाल्टीच्या विलेक्शनला उभं राहायला त्याला काही हरकत नाही."

बाळकोबा दांडगे यांचे हे बहुमोल मार्गदर्शन ऐकून माझेही कान तृप्त झाले. कुठलेही ज्ञान केवळ आपल्यापुरतेच ठेवू नये; ते इतरांना देऊन त्यांनाही शहाणे करावे, असे रामदासस्वामींनी सांगितले आहे. म्हणूनच ही खासगी बातचीत जनतेच्या सोयीसाठी मी प्रसिद्ध करीत आहे. 'टिळक सुटले, पुढे काय?' असा अग्रलेख पूर्वी टिळकांनी लिहिला होता. गणेशोत्सव यंदाचा तर संपला, पण पुढे काय? असा प्रश्नच नवीन कार्यकर्त्यांना पडू नये याच उदात्त भावनेने मी हे सर्व सांगत आहे. त्याचा उपयोग सर्व कार्यकर्ते पुढील वर्षी करून घेतीलच, अशी आशा आहे.

□

कॉपी करण्याची कला

पूर्वीच्या काळी चौसष्ट कला किंवा विद्या होत्या असे म्हणतात, पण आजकाल कितीतरी नवनवीन कला उदयाला आल्या आहेत. वृत्तपत्रविद्या नावाची विद्या पूर्वी अस्तित्वात तरी होती का? पण ही कला आज जगातली एक प्रमुख कला बनली आहे. तिचे सामर्थ्यही फार मोठे आहे. चित्रपट कला हीसुद्धा कलियुगाची फार मोठी देणगी आहे. सबंध तरुण पिढीचे डोके फिरवण्याचे सामर्थ्य या कलेमध्ये आहे. इतकेच नाही, तर राजकारणात यशस्वी होण्यासाठीसुद्धा ही कला अनेकांना उपयोगी ठरली आहे. आपल्या देशातले अनेक थोर पुढारी या कलेच्या बळावरच पुढारीपणाच्या आसनावर आरूढ झालेले आहेत. त्यांनी मंत्रिपदेही मिळवलेली आहेत. जाहिरातीची कला हीसुद्धा या महान कलियुगाची देणगी म्हटली पाहिजे. पूर्वीच्या लोकांना स्वप्नातही या कलेची माहिती किंवा जाणीव झालेली नव्हती, पण या नव्या कलेने सबंध जग आता व्यापून टाकले आहे. आज प्रत्येक गोष्टीची मोठमोठी

जाहिरात करावी लागते, तरच आपल्याला पाहिजे ती गोष्ट आपल्या पदरात पडते. अशा अनेक नवनवीन कला सध्याच्या युगात उदयाला आल्या आहेत. त्यातल्याच एका उपेक्षित कलेचा नम्रपणे परिचय करून द्यावा यासाठी आज हा लेख लिहीत आहे. ही कला शिक्षणक्षेत्रापुरती मर्यादित असली तरी जीवनात तिचे माहात्म्य फार मोठे आहे. विद्यार्थी जगतापुरताच या कलेचा उपयोग आहे असे नव्हे; त्यात पारंगत झाल्यावर पुढील आयुष्यातही तिचा उपयोग सतत करता येण्यासारखा आहे.

या कलेचे नाव– 'परीक्षेत कॉपी करण्याची कला!'

विद्यार्थी जीवनात दोन संकटे फार मोठी असतात. पहिले संकट म्हणजे नियमितपणे शाळेत जावे लागते आणि कंटाळवाणी पाठ्यपुस्तके पुन:पुन्हा वाचावी लागतात. दुसरे संकट याच्याहीपेक्षा मोठे. पाठ्यपुस्तक कसेबसे वाचून मोकळे होता येते, किंबहुना ती न वाचताही वाचल्याचे सोंग करता येते; पण परीक्षा नावाचे जे दुसरे संकट असते त्यातून निभावून जाणे मात्र कठीण, कारण ही पुस्तके आणि वह्या पुन:पुन्हा वाचून 'अभ्यास' नावाची जी गोष्ट तयार होते तिची परीक्षा घेण्याचा प्रकार शाळेत आणि पुढे महाविद्यालयातही असतो. तुम्ही किती अभ्यास केला आहे हे डोळ्यात तेल घालून पाहणारी काही कावेबाज मंडळी शाळेत असतात. (या लोकांनाच 'मास्तर' असे म्हणतात.) ही धूर्त मंडळी वर्गात नुसती बडबड करून थांबत नाहीत. विद्यार्थी नावाच्या निरागस, निष्पाप मुलांनी यातले काय काय लक्षात ठेवले आहे हे त्यांच्याकडून लेखी पद्धतीने तपासून घेतात. यालाच 'परीक्षा' अशी संज्ञा आहे. या परीक्षेचे तिमाही, सहामाही, नऊमाही असे किरकोळ प्रकार असले, तरी वार्षिक परीक्षा नावाचा प्रकार फार धोक्याचा असतो. त्यावेळी एखादे निष्पाप पोर या निर्दयी लोकांच्या तावडीत सापडले तर ते त्याला नापास म्हणून जाहीर करतात आणि त्या बिचाऱ्याचे सबंध वर्ष (आणि पालकांची फी) वाया जाते. म्हणून या परीक्षेत नापास होणं ही गोष्ट त्याला परवडण्यासारखी नसते. नापास झाल्यावर ते पालक नावाचे निर्दयी लोक पोराला चांगले बदडून काढतात आणि त्याचे बाहेर भटकण्याचे स्वातंत्र्य हिरावून घेतात. सिनेमा-नाटकाच्या बाबतीत त्याची उपासमार करतात. काही कडक पालक तर मुलांना 'स्थानबद्ध कैद्या'प्रमाणे वागवतात. त्याचा रोज अभ्यास घेऊन त्याचे जीवन असह्य करून सोडतात. म्हणून वार्षिक परीक्षेत नापास होणं ही गोष्ट विद्यार्थ्यांना परवडण्यासारखी नसते. पास झालेच पाहिजे. त्यासाठी शिकवणी, क्लासेस, गाईडे हे किरकोळ उपाय उपयोगी पडतात, पण काही वेळेला याही गोष्टी बेभरवशाच्या ठरतात. अशा वेळी हमखास उपयोगी पडणारी महान कला म्हणजे 'कॉपी!'

शाळेत विद्यार्थी म्हणून शिकत असताना दुर्दैवाने मला मात्र या कलेत कधीच पारंगत होता आले नाही, कारण माझ्यामध्ये एक फार मोठा दोष होता. एखादा धडा

किंवा कविता किंवा एखादी माहिती मी एकदा-दोनदा जरी वाचली तरी ती माझ्या नीट लक्षात राहायची. फारसे काही विसरायचे नाही. सगळे पटपट आठवायचे. माझ्या स्मरणशक्तीचा हा फार मोठा दोषच होता. स्मरणशक्तीइतकेच विस्मरणशक्तीलाही महत्त्व आहे आणि तिचाच जीवनात फार मोठा उपयोग असतो हे पुढे मला कळले. (राजकारणात तर या विस्मरणशक्तीचे महात्म्य मोठे. लोकांच्या विस्मरणशक्तीवरच पुढाऱ्यांचे कुठलेही राजकारण यशस्वी होत असते.) या विस्मरणशक्तीची उणीव असल्यामुळे मला परीक्षेच्या वेळी सगळे आठवायचे. एक-दोनदा पुस्तके, वह्या वाचली की काम भागायचे. त्यामुळे कॉपी करण्याची महत्त्वाची कला शिकून घेण्याचे तसेच राहून गेले. परीक्षेत सर्वांत वरचा क्रमांक मिळवण्याची राक्षसी महत्त्वाकांक्षा मला कधीच नव्हती. बऱ्यापैकी गुण मिळाले आणि परीक्षेत उत्तीर्ण झाले की काम भागले, अशी माझी वृत्ती होती. त्यामुळे या कलेकडे मला वळताच आले नाही. माझ्याबरोबरचे काही शाळासोबती या कलेत किती निष्णात होते म्हणून सांगू!... महत्त्वाच्या प्रश्नांची उत्तरे बारीक अक्षरात एखाद्या चिटोऱ्यावर ते लिहून आणीत आणि तो कागद कुठेही लपवीत. चड्डीचा खिसा ही तर नेहमीची जागा. त्यात कौतुक कसले? पण अशा संशयास्पद जागी केव्हा झडती होईल याचा नेम नसायचा. म्हणून मग गांधी टोपीच्या मधल्या घडीत, दुमडलेल्या शर्टच्या बाहीत, फार काय लंगोटातसुद्धा या चिठ्ठ्या आरामात बसलेल्या असत. मास्तरांची पाठ वळली की, या चिठ्ठ्या बाहेर निघत आणि उत्तरपत्रिकेच्या आत सफाईने ठेवल्या जात. एक श्रीमंताचे चिरंजीव नेहमीच बूट-पायमोजे घालून शाळेत येत. परीक्षेच्या वेळी या बूट-पायमोज्यांचा चांगलाच उपयोग होई. काही भित्रे कलावंत चिठ्ठ्या-चपाट्यांचा उपयोग करायला थोडे घाबरत असत. ते डाव्या हातावर, तळहातावर, पायजम्याच्या आत घोट्याजवळ शाईने महत्त्वाचा मजकूर शब्दांकित करीत. काम झाले की, तो पुन्हा पुसून टाकायचा. काही धाडसी कलावंत मात्र बेदरकार वृत्तीने परीक्षेला बसत. ते सरळ पुस्तक किंवा सबंध वहीच ढुंगणाखाली ठेवून पेपर लिहिण्याच्या कामाला लागत. शिक्षक खुर्चीत बसले की, हे पुस्तक वर बाकावर येई. शिक्षक फेऱ्या मारू लागले की, पुस्तक पुन्हा मूळ जागी परत!

वरच्या वर्गातील असे एक ज्येष्ठ कलावंत वार्षिक परीक्षेच्या वेळी माझ्याच शेजारी आणि माझ्याच बाकावर बसले होते. आमचा हा बाक वर्गातील शेवटचा- अगदी भिंतीला टेकून होता.

त्यामुळे हे वडील कलावंत पुस्तकच जवळ घेऊन बसलेले असतात. अगदी निर्धास्तपणे पुस्तकात बघून त्यांचे काम निष्ठेने चालले होते. मी माझी उत्तरपत्रिका लिहिता-लिहिता त्यांचे हे कौशल्य पाहत होतो. पुस्तकात बघून भराभरा उत्तर लिहायचे. मधेच थांबून खुर्चीत बसलेल्या शिक्षकांकडे सावध दृष्टी टाकायची, असे

त्याचे अव्याहत काम निरलसपणे चालू होते. शिक्षकाकडे पाहतानासुद्धा संशय घेऊ नये म्हणून मुद्रा अगदी काहीतरी आठवत असल्यासारखी विचारमग्न करायची. एकदम आठवल्यासारखे करून पुन्हा मान खाली घालून लिहू लागायचे. सर्वांतले त्याचे प्रावीण्य कौतुकास्पद होते.

मी कुतूहलाने त्याला विचारले.

''पुस्तक अगदी समोर ठेवून लिहितोयस! तुला भीती नाही वाटत?''

''ह्या:! कसली भीती?'' त्याने अगदी बेदरकार मुद्रेने मला विचारले.

''सर एकदम उठून जवळ आले अन् त्यांना पुस्तक दिसलं तर?''

''हॅट!... सर येत नाहीत इतक्यात जवळ. अन् माझं लक्ष आहे ना त्यांच्याकडं.''

''पण आलेच जवळ तर?''

''पुस्तक परत ढुंगणाखाली.''

''छान!''

''तुला गंमत दाखवू का?... हे पुस्तक जरा वेळ तुझ्या पुठ्ठ्याखाली ठेव.''

''नको बुवा.'' मी घाबरलो.

''ठेव रे, काही होत नाही. आपले हे सर तसे गरीब अन् बावळट आहेत. मीच त्यांना इकडं हाक मारतो.'' एवढे बोलून तो थांबला नाही. लगेच त्याने पुस्तक माझ्याकडे सरकवले आणि स्वत: ताठ उभा राहून सरांना हाक मारली.

''सर, एक डिफिकल्टी आहे.''

आमचे सर ताबडतोब उठले. ते येताहेत हे दिसल्यावर मी घाबरून ते पुस्तक मुकाटपणे माझ्या ढुंगणाखाली ठेवले. तरी माझी छाती धडधडू लागली. तेवढ्यात सर माझ्याजवळ येऊन उभे राहिले. हे चिरंजीव प्रश्नपत्रिका घेऊन शांतपणे उभे होते. त्यांनी काहीतरी शंका विचारली. सरांनी तिचे निरसन केले.

मग ते पुन्हा वळले आणि टेबलाकडे गेले. या महाशयांनी पुस्तक माझ्याकडून शांतपणे काढून घेतले आणि ते बाकावर ठेवून पाने उलगडून तितक्याच शांतपणे पुन्हा लिहायला सुरुवात केली. इतकेच नाही, तर पुढे सरांनी एक फेरी मारली तेव्हा ते वळल्यावर या धाडसी कलावंताने फाऊंटन पेन झाडून त्यांच्या कोटाची मागील बाजू निळ्या रेषेने रंगीत करून टाकली.

त्यावेळचे हे विद्यार्थी-कलावंत आता आमच्या गावातील एक निष्णात फौजदारी वकील आहेत!...

या कॉपीच्या कलेत थोडेसे पारंगत होण्याची संधी मलाही काही वेळा मिळत असे. माझ्या पाठीमागे एखादा दांडगट पोरगा असला, की उत्तरपत्रिका बाजूला सरकवून उघडी ठेवण्याची सूचना तो मला परीक्षेच्या आधीच प्रेमळ शब्दात देत असे. तसे केले नाही तर हे वर्गबंधू परीक्षा आटोपल्यावर आपल्या टाळक्यावर गुद्दे

हाणल्याशिवाय राहणार नाहीत याची खात्री असल्यामुळे मी मुकाट्याने माझी उत्तरपत्रिका त्याला दिसेल अशी ठेवून लिहीत असे. आपल्याला ही कला जमली नाही तर इतर कलावंतांना आपण थोडेफार साहाय्य करतो आहोत याचा आनंद मोठा होता.

एकदा मात्र कधी नव्हे ते कॉपी प्रकरणात मी अडकलो. तशी परीक्षा तिमाही, सहामाही अशीच काहीशी होती, पण तरी ती परीक्षाच. आमचा आठ-दहा विद्यार्थ्यांचा एक गट होता. ज्या विषयाची परीक्षा होती तो विषय आम्हा कुणालाच नीट समजला नव्हता. आता काय करायचे? आमच्या या वर्गबंधूत बंडू नावाचे एक डॉक्टरांचे चिरंजीव होते. त्यांचा कंपाऊंडर शाळेच्या अगदी शेजारीच राहायचा. मास्तर लोक त्यांच्या घरातून पाणी प्यायला तांब्या भरून न्यायचे. आम्ही पोरेही बंडूच्या वशिल्याने तेथे कधीकधी पाणी प्यायला जात असू. असे ठरले की, सर्वांनी आपली पुस्तके व वह्या हे साहित्य या घरी ठेवायचे आणि पाणी प्यायच्या निमित्ताने तेथे जाऊन पुढील कार्यभाग उरकायचा. सहकारी पद्धतीने कॉपी करण्याचा हा प्रकार मलाही आकर्षक वाटला. सहकाराशिवाय उद्धार नाही हे सुभाषित त्यावेळी आम्हाला माहीत नव्हते; पण तरी ते तत्त्व प्रत्यक्ष आचरणात आणण्याची संधी आम्हाला मिळाली. सर्वांनी ही संधी साधली आणि स्वत:चा उद्धार करून घेतला. शेवटी मीच एकटा राहिलो. मीही शेवटी उठलो आणि वर्गाबाहेर पडून त्या कंपाऊंडरच्या घरात शिरलो. घोटभर पाणी प्यायलो आणि तेथे ठेवलेले माझे पुस्तक उघडले आणि पाने चाळू लागलो.

तेवढ्यात आमच्या शाळेचा शिपाई शिक्षकांना पाणी नेण्यासाठी म्हणून तांब्या घेऊन आत आला. मी पुस्तकात काहीतरी बघतो आहे हे पाहून तो एकदम ओरडला, ''ए, काय करतोस?''

मी दचकलोच. घाबरून पुस्तक बाजूला ठेवले. खरे म्हणजे मी अजून त्यातले काहीच वाचले नव्हते. घाबरून मी म्हणालो, ''*काही नाही, काही नाही क*रत.''

''काही नाही कसं? कॉपी करतोस? दिसत नाही का मला? चल हेडमास्तरांकडे.''

त्याने माझे बकोट धरले आणि तरातरा चालवीत हेडमास्तरांच्या समोर उभे केले. त्यांनी प्रश्नार्थक मुद्रा केली.

''सर, हा त्या कंपाऊंडरच्या घरात जाऊन पुस्तकात बघत होता. कॉपी करतोय.''

हेडमास्तर फारच कामात होते. त्यामुळे त्यांनी चौकशी नावाचा फार्स अजिबात केला नाही. ''कॉपी करतोस होय रे गाढवा?'' एवढेच म्हणून फाडकन माझ्या एक मुस्कटात लावली आणि ''चल हकल'' म्हणून फर्मावले. मीही गाल चोळत परत वर्गाकडे धूम ठोकली.

एखाद्याचे नशीब फुटकेच असते! त्याला काय करायचे?

एकेकाळी उपेक्षित असलेली ही कला आता खूपच भरभराटीस आली आहे.

माझ्यासारखे अडाणी विद्यार्थी आता फार थोडे सापडतील. अलीकडे विद्यार्थ्यांच्या बरोबरीने विद्यार्थिनीही या तुलनेत पारंगत झाल्या आहेत, ही फार आनंदाची गोष्ट आहे. स्त्री-पुरुष समानतेच्या आणि स्त्रीमुक्तीच्या काळात त्यांच्यातही या कलेची आवड निर्माण व्हावी ही गोष्ट अगदी स्वाभाविक आहे. हल्ली वर्गच्या वर्ग सामुदायिक कॉपी करताना आढळतात असे वृत्त वाचले की, माझे मन हर्षाने उचंबळून येते. कधीकधी परीक्षेतले पर्यवेक्षकही त्यांना या कामी साहाय्य करण्यास तत्पर असतात म्हणे. हे चित्र तर फारच आशादायक आहे.

परवाच माझ्या एका शिक्षक मित्राने आपल्या शाळेतील वार्षिक परीक्षेतला एक किस्सा सांगितला. एक ज्येष्ठ चिरंजीव उत्तरपत्रिका लिहीत होते. या शिक्षकांना जरा शंका आली. त्यांनी जवळ जाऊन त्याची तपासणी केली. पाहतात तो पाठ्यपुस्तकातली एक-दोन फाडलेली पाने उत्तरपत्रिकेत होती आणि त्या पानातला मजकूर हे चिरंजीव अतिशय मन लावून लिहीत होते.

या शिक्षकांनी ती छापील पाने ताब्यात घेतली. निरखून पाहिली. मग त्या चिरंजीवांना विचारले, ''कुठल्या पुस्तकातली पानं आहेत रे ही? कुठंय ते पुस्तक?''

''तुमच्या टेबलाजवळच पुस्तक आहे सर. ते काय तिथं.'' त्याने अत्यंत नम्रतेने मान खाली घालून उत्तर दिले.

शिक्षकांनी भराभरा टेबलाजवळ जाऊन ते पुस्तक हातात घेतले. चाळून पाहिले. बघताहेत तर ही दोन पानेच काय, त्यातली कित्येक पाने फाटलेली.

''ही इतकी पानं कशी फाटली? कुठाहेत ती बाकीची पानं?'' त्यांनी दरडावून विचारले. तो विद्यार्थी पूर्वीच्याच नम्रपणे बोलला, ''सर, अहो एक का परीक्षा असते शाळेत?... तिमाही आहे, सहामाही आहे... प्रत्येक परीक्षेच्या वेळी थोडी थोडी पानं फाटली. आता ती कुठून मी दाखवू?''

त्याच्या या उत्तरामुळे हे शिक्षक मित्र इतके खूश झाले म्हणता! ताबडतोब त्यांनी त्याला वर्गाबाहेर जाण्याची सवलत जाहीर केली.

या शिक्षकाचे भाग्य थोर म्हणून हा मोठा कलावंत प्रत्यक्ष पाहावयाला मिळाला. आपल्याला मात्र तो पाहायला मिळत नाही याची रुखरुख मला अजून लागून राहिली आहे!

□

असा माझा अभिमान- गरिबीचा

लहानपणी पाठ्यपुस्तकात वाचलेली एक गोष्ट मला थोडीफार आठवते. 'धट्टीकट्टी गरिबी' आणि 'लुळीपांगळी श्रीमंती' असे त्या गोष्टीचे नाव होते. एक गरीब मनुष्य दिवसभर कष्ट करून एका घराच्या सावलीला किंवा सावली असलेल्या झाडाखाली दमून-भागून बसलेला असतो. तो वैतागाने देवाला म्हणतो, ''देवा, तू मोठा पक्षपाती आहेस. जगात अनेकांना तू श्रीमंत बनवलेस, त्यांना मोठी हवेली दिलीस, नोकरचाकर दिलेस, घोडागाडी दिलीस; मला मात्र तू काहीच दिले नाहीस. दिवसभर कष्ट करून राबराबावे, तेव्हा कोठे मला कष्टाची भाकर मिळते. कष्ट नाही केले तर उपाशी मरावे लागते. फार मोठा अन्याय केलास तू! मला तू गरीब का केलेस? मला श्रीमंत का केले नाहीस? मला तू काहीच कसे दिले नाहीस?''

असा तो मनाशी विचार करीत आहे, देवाला नावे ठेवीत आहे, तेवढ्यात एक घोडागाडी समोरच्या आमराईजवळ एका धर्मशाळेपाशी येऊन थांबते. तो गरीब मनुष्य हेव्याने गाडीकडे पाहत राहतो. त्या गाडीतून

खाली उतरतो तो एक श्रीमंत मनुष्य! भारी पोशाख, मौल्यवान दागिने, पण त्याला धड चालताही येत नाही. त्याचे हात-पाय लटपटत आहेत. त्याच्या दोघा नोकरांनी त्याचे दोन्ही हात धरून कसेबसे त्या श्रीमंत माणसाला खाली उतरवले आहे. तो श्रीमंत कसाबसा त्या नोकरांचा आधार घेऊन लटपटत चालतो आहे. मोठ्या कष्टाने एकेक पाऊल टाकतो आहे. ते दृश्य पाहून त्या गरीब मजुराच्या डोक्यात एकदम प्रकाश पडला. स्वत:च्या मनाशी तो म्हणाला, 'किती मूर्ख मी! उगीचच देवाला नावे ठेवीत होतो. माझे हात-पाय धड आहेत. मी हिंडू-फिरू शकतो. मी धडधाकट आहे. देवाने मला केवढी चांगली देणगी दिली आहे! या लुळ्यापांगळ्या श्रीमंतीपेक्षा माझी धट्टीकट्टी गरिबी लाखपटीने बरी नाही का?...'

असे म्हणून देवाचे आभार मानीत तो गरीब मनुष्य पुन्हा आपले काम करण्यासाठी दुसरीकडे निघून गेला.

गरिबीचे हे कौतुक मी जसे वाचले तेव्हापासून 'गरीब' या जातीच्या माणसाबद्दल मला मनापासून प्रेम वाटू लागले. 'गरिबी' नावाच्या प्रकाराबद्दल मनात तेव्हापासून एक विलक्षण आकर्षण निर्माण झाले. अजूनही ते आकर्षण आणि प्रेम कायम आहे.

जगात 'श्रीमंत' आणि 'गरीब' असे हे दोन प्रकार फक्त माणसातच आहेत. पशुपक्ष्यांत हा प्रकार मुळीच नाही. गरीब वाघ आणि श्रीमंत कोल्हा असे भेद तुम्ही कधी ऐकले आहेत काय? मुळीच नाही. पशुपक्ष्यांत हे भेद मुळीच नाहीत, कारण पशुपक्ष्यांना फारशी बुद्धिमत्ता नाही. काही प्राणी तर शुद्ध नंदीबैलच असतात. डोके नावाची गोष्ट त्यांच्यात नसतेच. मग गरीब आणि श्रीमंत हे जे दोन मजेदार भेद माणसाने निर्माण केले आहेत, तशा जाती पशुपक्ष्यांत येणार तरी कुठून?

माणसाची जात फार हुशार. म्हणून जरा बदल म्हणून म्हणा किंवा स्वत:ची करमणूक करून घेण्यासाठी म्हणा, त्याने माणसामाणसांत निरनिराळे भेद पाडले. गरीब आणि श्रीमंत हे त्यातील महत्त्वाचे भेद. आता 'मध्यमवर्ग' नावाची आणखी एक जात काही लोकांनी शोधून काढली आहे, पण ही तिसरी जात तशी अगदी निरुपयोगी आहे. कला, साहित्य, काव्य, तत्त्वज्ञान असल्या निरर्थक आणि निरुपयोगी गोष्टी निर्माण करण्यात ही जात गुंतलेली असते. या जगात अशा गोष्टींना तसे काय महत्त्व आहे? त्या नसल्या तर जगाचे काही अडणार आहे का? एकेकाळी कुठे होते हे तत्त्वज्ञान, साहित्य, कला? मग जगाचे त्यावाचून काय नडले? लोकांना लागते ते अन्न. खायला अन्न आणि राहायला घर. अंगभर कपडा– बस्स! एवढे असले म्हणजे पुरे. उद्या सगळे काव्य नष्ट झाले, तर जग काय चालणार नाही काय? खचितच चालेल, पण या मध्यमवर्गीय मंडळींनी उगीचच स्वत:चे स्तोम माजवून ठेवले आहे. आता करमणूक किंवा विरंगुळा म्हणा हीही लोकांची एक गरज आहे, पण श्रीमंत लोकांमुळे गरिबांची करमणूक होते आणि गरीब लोकांमुळे श्रीमंताना

विरंगुळा मिळतो. मग बाकीच्या गोष्टी करायच्यात काय?

तेव्हा खऱ्या जाती दोनच. श्रीमंत आणि दरिद्री. यांनाच राजकारणी लोक 'आहेरे' आणि 'नाहीरे' असे म्हणतात. हे दोनच वर्ग मनुष्यजातीचा इतिहास घडवीत असतात.

हां, यात 'श्रीमंत' जातीत मिसळण्याची हौस बहुतेक सर्वांना असते. या वर्गात सामील होण्यासाठी प्रत्येकाचा आटापिटा चालू असतो. लॉटरीचे तिकीट एकदम लागावे आणि एका रात्रीत आपण लखपती व्हावे अशी गोड स्वप्ने जवळजवळ प्रत्येकाला पडतात. हे श्रीमंत नावाचे लोक चांगल्या प्रशस्त फ्लॅटमध्ये किंवा स्वतंत्र बंगल्यात राहतात. बंगल्याबाहेर त्यांना छानपैकी बाग वगैरे असते. नव्या करकरीत गाडीतून हिंडताना ते आढळतात. त्यांच्या घरी शीतिका (फ्रीज), दूरदर्शन संच, दूरभाष यंत्र, फार काय घरच्याघरी चित्रपट पाहण्याची सामग्रीही त्यांच्याजवळ असते. हे लोक भारी भारी कपडे घालून महागड्या किमतीच्या वस्तू सहज खरेदी करतात. अशा गर्दीत आपणही सामील व्हावे असे कोणाला वाटणार नाही? पण श्रीमंत माणसाची दुःखे तुम्हाला कुठे ठाऊक आहेत? परवाच एका श्रीमंत मित्राची मी जरा स्तुती केली तेव्हा तो खिन्नपणे म्हणाला, ''मित्रा, आमचा पैसा तुम्हाला दिसतो, पण आमच्या काय हालअपेष्टा असतात, त्या कुठं तुम्हाला ठाऊक आहेत?''

''कसली दुःखं आहेत तुमची?'' मी सहानुभूतीपूर्ण स्वरात त्याला विचारले.

तो उदास मुद्रेने बोलला, ''बाबा, आम्हालासुद्धा कष्टाचं जीवन जगावं लागतं. घरची नोकरमाणसं एकदम काम सोडून जातात. मग ते काम आम्हालाच करावं लागतं. स्वयंपाकीणबाई एकदम अदृश्य होते. आमच्या बाईसाहेबांनाच मग स्वयंपाक करावा लागतो. गेले पंधरा दिवस झाले मी त्यांच्याच हातचे अन्न खातो आहे.''

''तरीच तू वाळलेला दिसतोयस हं–'' पूर्वीचे देशभक्त लोक कारागृहातून सुटून आल्यावर त्यांची प्रकृती एकदम खंगलेली दिसत असे तसाच तोही दिसत होता खरा. मलाही त्याच्याबद्दल एकदम अनुकंपा वाटली.

''आणखी?''

''बाईसाहेबांना समाजकार्याची हौस आहे, पण घरी नोकरचाकर नाहीत म्हणल्यावर त्या काय करणार? सध्या त्या टेलिफोनवरूनच समाजसेवा करतात.''

''अरेरे...'' माझ्या डोळ्यांत पाणी आले.

''ही नोकरमाणसे सारखी पगारवाढीची मागणी करीत असतात. आता महागाई काय आम्हाला नाही? त्यांची मागणी दरवेळेस कशी पुरी करणार आम्ही? पैसे पुरवता पुरवता आमचा जीव कासावीस होऊन जातो. त्यातून इन्कमटॅक्स, सुपरटॅक्स, छे छे!... अरे, आमचा अर्थसंकल्पदेखील तुटीचा होतो ना कधीकधी!''

“मग तुम्ही लोक काटकसर वगैरे करता की नाही?”

उंची सिगारेटचा धूर सोडून तो म्हणाला, “करावीच लागते. सिगारेट आहे, पेट्रोल आहे, मद्य आहे... नव्या साड्या... सगळ्या खर्चाला कात्री लावावी लागते. आता हीच ५५५ सिगारेट पहाना. सध्या रोज दोन पाकिटांवरच भागवतोय.”

श्रीमंत जिवांची ही दयनीय स्थिती मलादेखील इतकी तपशीलवार ठाऊक नव्हती. श्रीमंत लोकांचे जीवन किती असुरक्षित असते हेही त्याने पुढे वर्णन करून सांगितले. काही वेळेला हे नोकर, घरगडी नावाचे लोक केव्हा घरधन्याची आणि घरधनिणीची हत्या करतील आणि पैसे, दागिने घेऊन पळून जातील, याचा काहीच भरवसा नसतो. काही वेळेला बंगल्यावर दरोडा पडतो. त्यात काय होईल ते सांगता येत नाही. संरक्षण म्हणून कुत्री ठेवावीत तर त्यांचाही खर्च मोठा. काही काही कुत्र्यांचा खर्च श्रीमंत लोकांच्या बरोबरीने असतो. तेव्हा श्रीमंतीत तसे सुख नाही. तरीसुद्धा मोठीमोठी माणसे या लोकांना शिव्या घालत असतात. काही श्रीमंत साम्यवादी आणि धनाढ्य समाजवादी मंडळीही या वर्गाचे नेहमी वाभाडे काढीत असतात. एकूण काय, श्रीमंत माणसांना या जगात जगणे अगदी नकोनकोसे झाले आहे. बिचारे कसेबसे आला दिवस ढकलत असतात.

‘धट्टीकट्टी गरिबी आणि लुळीपांगळी श्रीमंती’, याबद्दल मध्यांतरी माझे मत जरा प्रतिकूल झाले होते, कारण मी प्रत्यक्षात पुढे अनेक धट्टेकट्टे श्रीमंत पाहिले आणि लुळेपांगळे गरीबही पाहिले. जवळ पैसा आल्यामुळे हे श्रीमंत लोक गलेलठ्ठ झाले आहेत आणि निरोगीही आहेत असे मला एका अभ्यासू मित्राने सांगितले. उलट पैसे नसल्यामुळे हे गरीब लोकच लुळेपांगळे दिसतात असाही खुलासा त्याने केला. त्यामुळे लहानपणी वाचलेल्या या गोष्टीचे तात्पर्य मला संशयास्पद वाटत होते, पण अलीकडे हे तात्पर्य पुष्कळसे बरोबर आहे असे मला पुन्हा वाटू लागले आहे.

अलीकडे पुष्कळच नवीन गोष्ट माझ्या ध्यानात आल्या आहेत. हे गरीब नावाचे लोक समाजात बहुसंख्येने असतात. त्यामुळे त्यांच्याबद्दल अनेक लोकांना फार माया असते. या गरिबांचेच उद्या राज्य होणार आहे अशी स्वप्नंही काही स्वप्नाळू कलावंतांना नेहमी पडत असतात. ‘त्यांचे राज्य उद्याचे’ ही मंगेश पाडगावकरांची कविता वाचताना मला नेहमीच आनंदाचे भरते येते. आपल्या देशात तर फार गंमत आहे. देशात दरिद्री लोक तर आहेतच, पण दारिद्र्यरेषेखालीही बरीच मंडळी आहेत असे म्हणतात. तळहातावर एखादी रेषा नवीनच उमटते. तशीच स्वातंत्र्यानंतर आपल्याकडे देशाच्या तळहातावरही दारिद्र्यरेषा नावाची एक नवीनच रेषा राजकारणी लोकांनी शोधून काढली आहे. राजकारणात आणि सत्तेवर असणाऱ्या काही गरीब देशभक्तांना या दारिद्र्यरेषेखाली असणाऱ्या जनतेबद्दल विलक्षण कळवळा असतो. या लोकांचा उद्धार करण्याची प्रतिज्ञा त्यांनी बालपणीच केलेली असते. ‘श्रीमंती

वाढवा' अशी त्यांची अवास्तव घोषणा कधीच नसते. 'गरिबी हटाव' ही त्यांची रास्त आणि नम्र विनंती असते. आपले सरकार तर त्यासाठी केव्हापासून बद्धपरिकर आहे असे सांगतात. म्हणून आपली भरभराट व्हावी असे वाटत असेल तर गरीब राहणेच तूर्त इष्ट आहे.

गरिबीचे किती लाभ आपल्या देशबांधवांना होतात हे ठाऊक आहे? ते खुशाल राजरोसपणे कोठेही हिंडू शकतात. 'मूर्ख लोक घर बांधतात आणि शहाणे लोक त्या घरात राहतात—' अशी एक म्हण आहे, पण भाडेकरू म्हणून राहणारे हे मध्यमवर्गीय. हे गरीब लोक घरे तर बांधत नाहीतच, पण घरातही राहत नाहीत. घराची देखभाल-दुरुस्ती, नगरपालिकेचे कर या सर्व आपत्तीपासून ते दूर असतात. त्यांना त्याची कसलीही काळजी नसते. काही गरीब लोक निदान झोपड्यात तरी राहतात, पण काही दूरदर्शी लोक तर शहरात पदपथावरच पथाऱ्या टाकून झोपतात. त्यांना कसलीच चिंता नसते. किती निर्मळ आणि शांत झोप त्यांना येत असेल बरे! नुसती कल्पना केली तरी मन आनंदाने मोहरून जाते. हां, पावसाळ्यात मात्र या मंडळींना थोडा त्रास होतो, पण करुणाघन देवाला त्यांची काळजी असतेच. आपल्याकडे वारंवार पावसाचे दुर्भिक्ष्य आणि दुष्काळ पडतात. त्यामुळे अलीकडे त्यांना तशी फारशी काळजी उरलेलीच नाही.

गरिबीचे किती फायदे असतात म्हणून सांगावे? श्रीमंताकडे इतर मंडळी तुच्छतेने पाहत असतात. त्यांचा विनाकारण रागराग करतात, पण गरिबांचे तसे नाही. 'आम्ही गरीब आहोत' असे नुसते सांगितले तुम्ही की, इतर लोक तुमच्याकडे भीतीने आणि आदराने पाहतात. माझ्या माहितीतील एका बंगलेवाल्याची बंगल्याबाहेर छोटीशी बाग आहे. बागेत काही फळझाडेही आहेत. या फळझाडांमुळे बंगल्यावर नेहमी दगड येत. बंगल्यातील खिडक्यांच्या काचाही काही वेळा फुटत. एकदा गरिबाचा एक मुलगा या बागेतील पेरूच्या झाडावर चढला. तो नेहमीच बाहेरून दगड मारून पेरू पाडण्याचा प्रयत्न करीत असे, पण हा हिंसात्मक मार्ग सोडून एकदा झाडावरच चढण्याचा सनदशीर आणि शांततामय मार्ग त्याने पत्करला. मालकाने पाळत ठेवून त्याला धरले आणि त्याच्या पार्श्वभागावर चार-दोन धपाटे घातले. चिरंजीव रडत-रडत धूम पळाले. थोड्या वेळाने पाच-सहा दांडगी माणसे रडणाऱ्या त्या पोराला हाताशी धरून त्या बंगल्यापाशी आली. सात्त्विक संतापाने एकाने घरमालकाला हाक मारून बाहेर बोलावले. दरडावून विचारले, ''तुम्हीच या पोराला मारलं का?''

''हो, मीच—'' मालक घाबरला. श्रीमंतच तो, त्याला घाबरायला कितीसा उशीर!

''का बरं?''

''कशापाई मारलंत?'' दुसऱ्याची घनगर्जना, त्याबरोबर हातातील दांडक्यांचा

आवाज.

"अहो, हा आमच्या पेरूच्या झाडावर नेहमी दगड मारतो. आज तर झाडावरच चढला. चोरून पेरू काढत होता." मालकाने खुलासा करण्याचा प्रयत्न केला.

"पोराची जात है. झाडावर चढणारच. तुमी पेरूचं झाड लावलंत कशाला?"

"आन् मारलं कशापायी?" दुसरा बोलला. "गरिबाचं पोरगं म्हणून मारलं व्हय? लई माज आला का?"

गरिबाचे पोरगे म्हणल्यावर तो घरमालक एकदम घाबरला. केलेल्या अपराधाबद्दल मन:पूर्वक क्षमा मागून त्याने ते प्रकरण मिटवले. आता घरावर धोंडे आले तरी तो चकार शब्द काढीत नाही.

गरिबीचा आणखी एक फायदा आहे. घर बांधायचेच त्याने ठरवले तरी त्याला जागा विकत घ्यावी लागत नाही. श्रीमंत लोक त्यासाठी पैसे मोजतात. मध्यमवर्गातल्या माणसांना पैसे देण्याची इच्छा असते, पण तेवढे पैसेच त्यांच्याजवळ नसतात. गरिबांचे तसे नाही. धनदांडग्या लोकांप्रमाणेच त्यांच्यात 'निर्धन दांडगे' लोक असतात. ते कसलाही मोबदला न देता एखादी छानशी जागा ताब्यात घेऊ शकतात आणि तेथे आपली पर्णकुटी बांधू शकतात. प्रातर्विधीसाठी त्यांना संडास बांधण्याचा खर्च मुळीच येत नाही. 'सब भूमी गोपालकी' ही त्यांची धारणा पक्की असते. 'तुम्ही आमच्या घराजवळ का घाण करता?' असले उर्मट प्रश्न कुणीही त्यांना विचारू शकत नाही. जवळून एखादा पाण्याचा पाईप जात असेल तर मग त्यांना कसलीच अडचण नसते! तो पाईप फोडला की, चोवीस तास धो धो पाणी!... श्रीमंतांनासुद्धा कधी पाण्याचे सुख लाभत नाही ते सुख या मंडळींना मिळते. काही अडचण आलीच तर राजकारणी मंडळी भूतदयेने प्रेरित होऊन त्यांच्या मदतीला धावून येतातच!

तेव्हा सारांश काय, ठार गरीब असणे हे तूर्त फायद्याचे आहे. म्हणून शक्यतो गरीब राहा. मध्यमवर्गीय होण्याचे दुष्ट बेत कधीही करू नका!

□

जो एस.टी.वरी विसंबला

एस.टी.चा प्रवास आता आपल्या अंगवळणी पडला आहे. ठिकठिकाणी बसस्थानके झाली आहेत. तांबड्या रंगाच्या गाड्या तिथे ओळीने उभ्या असतात. त्या कधीकधी वेळेवरही सुटतात. आपण केव्हातरी आपली 'मंझील' गाठतो. तिकिटाचे दर प्रतिवर्षी वाढतच असतात. आपण ते मुकाट्याने देतो, कारण बऱ्याच वेळेला या वाहनाशिवाय अन्य दुसरे कुठलेही वाहन सोयीचे नसते. एस.टी. येण्यापूर्वी 'सर्व्हिस मोटार' नावाची एक खासगी प्रवासी वाहतूक व्यवस्था होती. ती फारच विनोदी होती. या खासगी गाड्या असल्यामुळे 'प्रवासी' नावाचा प्राणी त्यांच्या दृष्टीने अत्यंत क्षुद्र होता. मोठमोठे सरकारी अधिकारी (म्हणजे मामलेदार, फौजदार ही थोर मंडळी) यांना फक्त ही 'सर्व्हिस मोटार' प्रसन्न व्हायची. ती त्यांच्या घरापाशी तासन् तास थांबून राहायची, बाकीच्यांना ती केव्हा 'हुडूत' म्हणेल याचा नेम नसायचा. धान्याची पोती भराभरा कोंबून भरावीत तसे हे साधे प्रवासी या गाडीत कोंबले जात. काही भाग्यवान

मंडळींना बसायला सीट नावाची जागा मिळे. इतर मंडळींना मधोमध कसेही बसवले जाई. गाडी संपूर्ण भरेपर्यंत 'ड्रायव्हर' नावाच्या सद्गृहस्थाचा पत्ताच नसे. तो बाजूला कोठेतरी विड्या ओढीत उभा राहिलेला असायचा. सगळे प्रवासी भरपूर कोंबले म्हणजे मग केव्हातरी गाडी सुरू व्हायची आणि केव्हातरी ती पोहोचायची. गाडीतून उतरताना 'सुटलो एकदाचे' असा नि:श्वास सोडूनच प्रवासी मंडळी आपल्या घरच्या दिशेने चालू लागत. मला चांगले आठवते, रायगड किल्ला पाहण्यासाठी आम्ही काही मित्रमंडळी पुण्याहून अशाच एका सर्व्हिस मोटारने निघालो. चाळीस वर्षांपूर्वीची ही गोष्ट. मधल्या एका कंपार्टमेंटमध्ये आम्ही दहा-पंधरा तरुण पोरे बसलो होतो. गर्दी तर इतकी झाली होती की, अक्षरश: आमच्या एकमेकांच्या तंगड्या एकमेकात बळकट अडकल्या होत्या. कुणालाही कसलीही हालचाल करणे शक्य नव्हते. भोरला त्या गाडीतून उतरून महाडकडे जाणाऱ्या गाडीत बसलो तेव्हा काही मिनिटेच आम्हाला हायसे वाटले असेल, कारण त्या गाडीत पहिल्यापेक्षा जास्त उतारूंची कोंबाकोंबी झाली. एवढा मोठा वरंध घाट, अनेक वळणे, पण कसलीही हालचाल न करता आम्ही कोकणात उतरलो. तेथून रायगडाच्या पायथ्याला आम्ही पोहोचलो तेव्हा कमरेखाली आपल्याला काही अवयव आहेत हे बराच वेळ आमच्या लक्षात आले नाही. गड सारखाच चढाचा लागला म्हणून आमचे कमरेखालचे शरीर पुन्हा सजीव झाले.

पण 'सर्व्हिस मोटार' नावाची संस्था नामशेष झाली आणि त्याऐवजी एस.टी. नावाची सरकारी गाडी सुरू झाली तेव्हा किती हायसे वाटले म्हणता...! हळूहळू बदल डोळ्याला दिसू लागला. निळ्या गाड्या होत्या त्या पुढे तांबड्या झाल्या. ड्रायव्हर-कंडक्टर हे प्राणी वेगळ्या गणवेषात दिसू लागले. गाड्यांची दुरुस्ती आणि देखभाल यासाठी ठिकठिकाणी डेपो सुरू झाले. नवीन बसस्थानके निर्माण होताना दिसू लागली. प्रवाशांना बसण्यासाठी बाकसुद्धा आले. स्वच्छतागृहाची सोय झाल्यावर तर प्रवाशांची भलतीच चैन झाली. एकूण सगळीकडे आनंदीआनंद पसरला. रस्ता तेथे एस.टी. म्हटल्यावर तर तुम्हाआम्हा 'प्रवाशांच्या सुखाला' पारावार राहिला नाही. प्रवाशांना पैसे दिल्यावर कंडक्टरकडून तिकिटेपण मिळू लागली हे ऐकल्यावर तर अनेक जुन्या मंडळींना आश्चर्याचा धक्काच बसला म्हणानात! आता प्रवास म्हणजे सुख. आनंदाने गाडीत बसा. सुखात डुंबत राहा आणि आनंदाने खाली उतरा बस्स...!

एस.टी. सुरू झाल्यावर बरेच दिवस माझ्या प्रवासासंबंधी अशाच गोड कल्पना होत्या, पण प्रवास करता करता त्या सगळ्या गोड गोष्टी आता नाहीशा झाल्या आहेत. एस.टी.चा प्रवास करावा लागणार म्हटल्यावर हल्ली माझा चेहरा एकदम उतरतो. छाती धडधडू लागते आणि आता कोणकोणत्या प्रसंगांना आपल्याला तोंड

द्यावे लागणार या विचाराने माझा जीव आधीच कासावीस होतो. आरक्षण केलेले असले तरी माझी जागा मला मिळेपर्यंत सारखी धाकधूक वाटत असते, कारण माझी ती जागा कधीच रिकामी नसते. त्यावर आधी कुणीतरी बसलेले असते. ही मंडळी अनेक वेळा निगरगट्ट निघतात. उठता उठत नाहीत. मी वैतागून त्यांना सांगतो, "अहो, माझं रिझर्व्हेशन आहे."

"बरं मग?"

"ही सीट माझी आहे, उठा ना तुम्ही."

"मग आम्ही बसायचं कुठं?"

"ते मी काय सांगू? कुठंही बसा दुसरीकडं."

"दुसरीकडं जागा नाही. आता काय आमच्या बायकामाणसांना उठवून उभं राहायला सांगू मी? पोरगं आहे मांडीवर... जरा विचार करावा माणसानं..."

या संवादानंतर मी काय बोलणार? शेवटी कंडक्टरला हाक मारून त्याची मदत मागितल्यावर तीन सीटच्या जागेवर चार माणसे बसवण्यावर तडजोड होते आणि माझ्याच सीटच्या जवळपास मी कसाबसा अंग चोरून बसतो. एकदा तर मी रिझर्व्हेशनचे तिकीट त्या मंडळींना दाखवले. क्रमांक दाखवला. त्यांनीही तत्परतेने आपली रिझर्व्हेशनची तिकिटे मला दाखवली. त्यावरही तोच क्रमांक होता. ती मंडळी शहाणी असल्यामुळे लवकर येऊन बसली होती. त्यामुळे ती उठणे शक्यच नव्हते. मला मात्र आरक्षण असूनही बराच वेळ उभा राहून प्रवास करावा लागला. तेव्हापासून एक गोष्ट लक्षात आली. एस.टी.चे नाव जरी 'बस' असे असले तरी आपला संबंध मात्र उभा राहण्याशीच जास्त आहे!...

सर्व काही रीतसर असूनही एस.टी.त आत नुसते शिरणे हा केवढा व्यायामाचा प्रकार आहे याचे वर्णन शब्दांनी करणे केवळ अशक्य! गाडीच्या दाराशी प्रचंड रेटारेटी आणि धक्काबुक्की. अशा वेळी कंडक्टर नावाचा जनतेचा सेवक अनेक वेळा जागेवर नसतोच. 'चालू द्या गाढवांची लाथाळी' असे बहुधा मनाशी म्हणत तो कार्यालयात किंवा उपाहारगृहात शांतपणे बसलेला असतो. आपल्याकडे दंगा, मारामारी सगळे आटोपल्यावर मग पोलीस शिपाई नंतर जागेवर उपस्थित होतो. त्याचप्रमाणे सर्व प्रवासी आत घुसाघुसी करून हुशहुश करीत आपापल्या जागेवर बसतात किंवा सामानासह मधेच उभे राहतात आणि नंतर कंडक्टरची स्वारी गाडीत अवतीर्ण होते. आरक्षण करूनही शांतपणे गाडीत चढता येईल याची काहीच शाश्वती नसते. 'आरक्षणवाले आधी चला–' असा संदेश एखाद्या हुशार कंडक्टरने दिला तरी दाराशी एवढी गर्दी आणि रेटारेटी असते की, आत चढणे ही एक विलक्षण करून दाखवण्याची गोष्ट आहे, हे कुणालाही ताबडतोब पटते. या गर्दीत गाडी एखाद्या ठिकाणी थांबली तरी उतरण्याची इच्छा होतच नाही, कारण आपल्यापुढं

असणारी मंडळी खाली उतरेपर्यंत गाडीची वेळ झालेली असते आणि कंडक्टर घंटा वाजवण्यासाठी आत चढतच असतो. अगदी नाईलाज झाला तर दीनवाणे मुख करून कंडक्टरला करंगळी दाखवायची आणि पळत-पळत जाऊन निसर्गाच्या बोलावण्याला मान द्यायचा. वर पुन्हा कंडक्टर ओरडतोच–

"अहो, किती वेळ साहेब? सबंध गाडी खोळंबलीय तुमच्यासाठी!..."

एकदा मी कुठल्यातरी मराठवाड्यातील एका गावाहून सोलापूरकडे निघालो होतो. वाटेत गाडी लातूरला थांबली. मी कंडक्टरला विचारून खात्री करून घेतली. गाडी येथे दहा मिनिटे थांबेल असे त्याने सांगितल्यावर मी निश्चिंतपणे खाली उतरलो आणि समोरच्या हॉटेलात गेलो. कॉफी मागवली. कॉफी येईपर्यंत काही उद्योग करावा म्हणून खिशातून एक पोस्टकार्ड काढून घाईघाईने त्यावर चार-दोन ओळी खरडल्या. तेवढ्यात कॉफी आलीच. ती पिऊन मी उठलो आणि गाडीकडे गेलो तर गाडीच जागेवर नाही. चौकशी केल्यावर एका दयाळू एस.टी. सेवकाने सांगितले.

"उदगीर सोलापूर गाडी ना? आताच गेली. पाच मिनिटे झाली."

"पण गेली कशी?" मी रडवेल्या मुद्रेने विचारले, "गाडी दहा मिनिटे थांबेल म्हणून कंडक्टरने सांगितले होते. अजून दहा मिनिटे होताहेत–"

"तो खालच्या पॅसेंजरना तिकिटे देत होता. त्याचं काम संपलं. लगेच हलली गाडी."

"कमाल झाली...! अहो, माझी बॅग आहे गाडीत. शिवाय एक हँडबॅग, एक पिशवी."

"तुम्ही आता असं करा. दुसऱ्या पाठीमागच्या गाडीने जा. उस्मानाबादला ही गाडी सापडेल कदाचित."

स्टँडवरच्या प्रमुखाला सांगून आपली ही अडचण सांगावी म्हणून त्याच्याकडे गेलो. त्याच्या खोलीत ड्रायव्हर-कंडक्टर मंडळींची गर्दी होती. त्याने कागदपत्रात डोके खुपसले होते. ते त्याने वर केलेच नाही. सरकारी अधिकारी असल्यामुळे माझी तक्रार ऐकून घ्यायला त्याला अजिबात वेळ नव्हता. माझ्याकडे अजिबात न पाहता त्याने मला एक-दोन वाक्यात कटवले आणि माझी बाहेर रवानगी केली, पण सरकारी संस्थेत दयाळू माणसेही कधीकधी सापडतातच. एका ड्रायव्हरने उदार मनाने ताबडतोब मला आपल्या गाडीत घेतले आणि मी कसेबसे उस्मानाबाद गाठले. गाडीत बसण्यापूर्वी कंडक्टरने सर्वांदेखत माझी गाडी चुकल्याचे आणि माझे सामान पुढच्या गाडीत गेल्याचे मोठ्या प्रेमाने जाहीर केल्यामुळे बाकीचे सर्व प्रवासी माझ्याकडे करुणार्द्र मुद्रेने पाहत होते. एकाने काय-काय सामान बरोबर होते याची चौकशी केली. मी त्याचे वर्णन केल्यावर तो गंभीरपणे म्हणाला, "तांदळाची पिशवी गेली म्हणून समजा. बाकीचे सामान तुम्हाला मिळेल." आणि तसेच झाले!...

तांदळाची पिशवी कुणातरी भातखाऊ प्रवाशाने प्रेमाने बरोबर नेली. बाकी सगळे मिळाले.

एस.टी. प्रवासातील असे रोमहर्षक अनुभव किती म्हणून सांगावेत! एकदा कधी नव्हे ते मी मधेच एके ठिकाणी धक्केबुक्के सोशीत उतरलो. नैसर्गिक कामासाठीच. एकदम कंडक्टरने बेल वाजवली तेव्हा आत चढण्यासाठी चेंगराचेंगरी झाली. त्यात माझी दोन बोटे बसच्या लोखंडी दाराला लागली आणि दोन्ही बोटांना जखमा झाल्या. रक्त आले. समोरच प्रथमोपचार पेटी ड्रायव्हरच्या केबिनमध्ये दिसत होती. मी कंडक्टरला प्रार्थनेच्या स्वरात सांगितले, ''त्या पेटीतून प्रथमोपचार सामान बाहेर काढा अन् काहीतरी औषध लावा. शक्य असलं तर पट्टीही बांधा. प्लीज–''

कंडक्टर काही क्षण माझ्याकडे पाहतच राहिला. मी काहीतरी क्रांतिकारक गोष्ट करायला त्याला भाग पाडतो आहे असाच त्याचा चेहरा झाला. मी माझी रक्ताळलेली बोटे त्याच्यासमोर धरली आणि मी खरे बोलत आहे याचा पुरावाही दाखवून दिला. त्याबरोबर माझ्यापेक्षाही केविलवाणी मुद्रा करून तो सज्जन माणूस म्हणाला, ''पुसून टाका ना साहेब ते रक्त. जरा कळ सोसा. घरी गेल्यावर औषध लावलं तर नाही का चालणार?''

''का रे बाबा?'' मला त्याची दीनवाणी मुद्रा पाहवेना.

''त्याचं काय आहे साहेब, फर्स्ट एडची ही पेटी शीलबंद आहे–''

''मग फोडा ना ते सील.''

''अहो, शील फोडलं ना, की बारा भानगडी. का शील तोडलं, कशासाठी तोडलं, कुणाला लागलं होतं, किती लागलं होतं, कसा अपघात झाला, साक्षीदार कुणी है का– सगळं रिटनमध्ये द्यावं लागतं. लई कटकटी. त्यापेक्षा–''

त्याची अडचण मी जाणली. त्या बिचाऱ्याला फारच त्रास झाला असता. त्यापेक्षा आपणच थोडा वेळ दुःख सहन केलेलं काय वाईट? मी निमूटपणे मान हलवली. रुमालात बोटे गुंडाळून आपल्या जागेवर स्वस्थ बसलो. रक्त काय थोड्या वेळाने आपोआप थांबलं. सारांश काय, मी एस.टी.च्या प्रवासाला फारच घाबरतो. एकदा कोल्हापूरला जात असताना रात्री साताऱ्याला गाडी थांबली. आधीच गाडीत उतारू बंधूंची खेचाखेची. त्यातून बऱ्याच महिला प्रवासी. सर्वांची सतत बडबड चालू. ऐकून ऐकून झीट आली. त्यात एका प्रवाशाने कुत्रे बरोबर घेऊन चढण्याचा प्रयत्न केला. कंडक्टरने स्टँडप्रमुखाजवळ नियमाची चौकशी केली. स्टँडप्रमुख म्हणाले, ''ठीक आहे. घ्या त्याला आत, पण कुत्र्याचे तोंड फडक्याने बांधून ठेवा म्हणावं.''

कुत्र्याचं तोंड बांधण्यापेक्षा इतर सर्व प्रवाशांची तोंड फडक्यानं बांधून ठेवली तर गाडीत जास्त शांतता होईल, असे सांगण्याचे माझ्या अगदी ओठापर्यंत आले होते. गरीब बिचारी एस.टी. इतक्या लोकांच्या तोंडाला फडकी कुठून पुरवणार? ही

अडचण एकदम ध्यानात आली आणि मी काही बोललो नाही. एकदा एका वेड्याला घेऊन काही मंडळी निघाली होती. या वेड्याने रात्रभर खोखो हसून आणि मधूनमधून मोठ्यांदा आरडाओरडा करून रात्रभर सर्व मंडळींना जागवले. कुणालाही एक क्षणभर झोपू दिले नाही. एकदा एक मियांजी बकरी ईदनिमित्त एक जिवंत शेळी दोन्ही हातांनी घट्ट धरून कुठेतरी निघाले होते. ते मधेच उभे होते. बहुधा बकरी ईद हा तिचा मृत्युदिन असावा. तिला तो कदाचित कळलाही असेल, कारण ती बें बें करून एकसारखी आपले शेवटचे गाऱ्हाणे गाडीतील जनतेला ऐकवीत होती. मधेच ती मालकाच्या हातातून निसटली आणि त्या गर्दीत तिने पळापळ केली. शेवटी कंडक्टरने शेळीसकट मियाजींना खाली उतरवले तेव्हा कोठे सर्वांच्या जिवात जीव आला.

म्हणून एस.टी.चा प्रवास म्हटले की मी दचकतोच. पटकन नकार देतो. काही उत्साही कार्यकर्ते व्याख्यानाचं, कथाकथनाचं आमंत्रण द्यायला येतात. अगदी निरागसपणे सांगतात.

"आता आमच्या गावाला एस.टी. अगदी सोयीस्कर आहे. संध्याकाळी सहाला इथं बसायचं आणि सकाळी सातला तिथं उतरायचं. बस्स!"

मी लगेच सावध होतो. लगेच त्यांना 'जमत नाही' म्हणून सांगतो.

ते विचारतात, "मग केव्हा जमेल तुम्हाला यायला?"

मी अगदी गंभीर मुद्रेने त्यांना उत्तर देतो, "जोपर्यंत तुमच्या गावाला एस.टी.ची सोय आहे तोपर्यंत तरी शक्य नाही!"

समर्थांनी म्हटलंच आहे, "जो एस.टी.वरी विसंबला, त्याचा कार्यभाग बुडाला."

□

विशेषणे: माणसांची आणि देवांची

माणसे जन्माला येताना काही नाव घेऊन जन्माला येत नाहीत. त्यांच्या अंगावर कपडा नसतो, तसे त्याला नावही नसते. इतर माणसे त्याला कपडा घालतात, तसेच त्याला नावही देतात. 'बारसे' नावाचा एक समारंभ करून थाटामाटात हे नामकरण केले जाते. 'कुणी गोविंद घ्या, कुणी गोपाळ घ्या' असे म्हणत म्हणत दोन-तीन नावे ठेवतात, पण कुठले तरी एक नाव रूढ होते. तेच कागदोपत्री लागते. तरीसुद्धा घरातले एक टोपणनाव किंवा लाडके नाव निराळे असतेच. घरात प्रभाकराचा प्रभुण्या होतो किंवा बाळही होतो. बंडू किंवा बंडा. आबा, गुंडू, पोपट ही लाडकी नावे असतात. ती घरातल्या घरात चालतात आणि मित्रमंडळीही ते चालवून घेतात, पण मुख्य नाव वेगळे असते ते पुढे केव्हातरी उपयोगाला येते. चिंगी, ठकी, बब्बड, मिंटू, डॉली ही मुलींची नावेही घरगुती उपयोगाचीच. ती पुढे बदलावी लागतातच. माणसाला नाव तर पाहिजे. त्याशिवाय ओळख पटतच नाही. माझ्या एका मित्राचे

नाव ‘भिकू’ असे होते. हे टोपणनाव असावे आणि इतके भिकाऱ्याची आठवण करून देणारे गद्य, रुक्ष टोपणनाव घरच्या लोकांनीच का ठेवले असावे याचा बरेच दिवस उलगडा होत नव्हता, पण एकदा त्याच्या प्रेमळ आईनेच गंभीरपणे खुलासा केला. ती माऊली म्हणाली, “खरं म्हणजे भिकूचं दुसरं चांगलं नाव ठेवायचं आमच्या मनात होतं.”

“मग काय झालं?”

“अरे, याच्या आधीची पहिली दोन-तीन भावंडे गेली...! आता हे तरी वाचावं म्हणून मुद्दाम ‘भिकू’ असं नाव चांगलं नवस करून ठेवलं. चांगलं नाव ठेवलं अन् हेही मूल गेलं तर? म्हणून ‘भिकू’. आता आम्हाला काही भीती नाही–”

“असली नावं ठेवली म्हणजे ते मूल जगतं?”

“होय रे बाबा. भिकू, धोंडू, दगडू अशी नावं ठेवली म्हणजे त्याला धोका नसतो. देवालासुद्धा असली नावे आवडत नाहीत. तो लक्षच देत नाही अशा पोरांकडं.”

देवाला फसवण्याची ही युक्ती मला माहीत नव्हती. अशा नावांना मरणाची भीती नाही हे ऐकल्यापासून ‘भिकू’ म्हणून हाक मारतानासुद्धा मला या मित्राबद्दल फार आदर वाटू लागला. कधीकधी भिक्या म्हणून त्याला संबोधतानासुद्धा माझा हा आदरभाव कायमच असायचा. हा कधीच मरणार नाही, निदान लवकर तरी मरणार नाही या विचारामुळे त्याचे फारच कौतुक वाटायचे.

पण नुसते नाव घेऊनही पुष्कळदा भागत नाही. हाच तो प्राणी आहे हे कळण्यासाठी आणखी काही विशेषणे त्याला जोडावी लागतात. नाहीतर नेमका कोण ते ध्यानात येत नाही. आमच्या गल्लीत ‘वामन’ नावाचे तीन-चार लहानमोठे प्राणी होते. मोठ्यांना वामनराव म्हटले म्हणजे भागत असे. दुसऱ्याला वामन्या म्हणण्याइतकी जवळीक होती, पण तरीही आणखी दोन-तीन वामन शिल्लक होते. एकजण त्यातला टरका होता म्हणून ‘हेकणा वामन’ किंवा ‘वामन्या आंधू’ असे त्याचे नाव आपोआपच पडले होते. याच नावाने बोबडा वामन आणि ‘(काळा) ढुस्स वामन’ अशीही नामकरणे आपोआपच झाली होती. खरे तर त्यातला एक वामन चांगला गोरापान होता, पण गोरा वामन असे कुणी त्याला नाव ठेवले नाही. माणूस नेमका ओळखण्यासाठी त्याचे व्यंग नेमके हुडकून काढायचे आणि ते विशेषण त्याला चिकटवायचे हे महान सत्य मी तेव्हाच शिकलो. गल्लीतला एक नाना म्हणून आमच्यापेक्षा वयाने मोठा पोरगा होता. त्याचा वरचा ओठ फाटला होता; त्यामुळे तो गेंगाणे बोलायचा, पण त्याची ओळख म्हणजे ‘नान्या व्हटतुटकं’ अशीच सर्वांना होती. ‘दत्त्या पांगळं’ आणि ‘बाब्या निग्रो’ नावाची काही मंडळी होती. हा बाब्या इतका काळाकुट्ट होता की, बाब्या निग्रो हे आंतरराष्ट्रीय नाव सर्वांनी त्याला प्रेमाने बहाल केले होते. एखाद्याचा चांगला गुण मान्य करणे आमच्या जिवावर येते,

मग त्याचा उच्चार कुठून करणार? पण त्याचे व्यंग सापडले म्हणजे आम्हाला एकदम हायसे वाटते. ते विशेषण त्याला कायमचे लावून आम्ही त्याचे वेगळेपण पक्के करून टाकतो. माणूस नेमका कळण्यासाठी त्याला विशेषणे आवश्यक असतात. अर्थात कधीकधी या विशेषणांमुळेही काही वेळा घोटाळे होतात. माझ्याशी नुकतीच ओळख झालेला एकजण 'वसंतराव ढोल' या नावाने मला ऐकून माहीत होता. त्याचे सर्व मित्र बोलताना वसंतराव ढोल किंवा वशा ढोल याच नावाने त्याचा उल्लेख करीत. आता मला काय माहीत? त्याच्याकडे सहज मी पहिल्यांदा गेलो आणि तशीच हाक मारली.

"ए वशा ढोल? ढोल आहे का घरात?"

त्याबरोबर त्याची आई जी चवताळून बाहेर आली म्हणता!

"कोण पाहिजे रे तुला?"

"वसंता–" मी बिचकून सरळ नाव उच्चारलं.

"वसंता ढोल आहे का घरात?"

"ढोल कुणाला म्हणतोस मुडद्या? नीट नावानं हाक मारता येत न्हाई का तुला? हेच शिकवलं का आईबापानं तुला?"

त्या बाईचा तो अवतार पाहिल्यानंतर मी तिथं थांबलोच नाही. ताबडतोब पळ काढला, पण या बाईला एवढे चिडायला काय झाले याचे आश्चर्य आणि कुतूहल मात्र बराच वेळ कायम होते. मग मला कळले की, हा वसंता जाड्या आहे म्हणून त्याला सर्वजण ढोल म्हणून हाक मारतात. ते काही त्याचे आडनाव नाही. तेव्हापासून हा ढोल वाजवायचे मी सोडून दिले.

पण माणसाची ही खोड माणसापाशीच थांबत नाही. त्याने आपल्या देवापर्यंत हा उद्योग नेऊन भिडवला आहे. आधीच आपल्याकडे देवांची संख्या अमर्याद. तेहतीस कोटी देव असलेला आपला हा समाज. आता आपली संख्या देवांपेक्षा जास्त झाली म्हणून ठीक, पण पूर्वी तर देवांचीच संख्या जास्त अशीच परिस्थिती होती. आता बाकीचे फुटकळ देव वगळले तरी काही महत्त्वाचे दहा-पाच श्रेष्ठी आहेतच, पण या दहा-पाच महान दैवतांनासुद्धा आपण वेगवेगळी विशेषणे चिकटवून त्यांचे वेगळेपण पक्के करून टाकले आहे. माझ्या लहानपणी मी ज्या देवाजवळ राहत होतो तो 'काळा मारुती' होता. पुढे आमचे बिऱ्हाड बदलले आणि आम्ही 'तांबडा मारुती' या ठिकाणाजवळ राहायला गेलो. अशी नावे ठेवल्याशिवाय मारुती नेमका कोणता हे कसे कळणार? ही अडचण खरीच आहे. वास्तविक खरा मारुती वर्णाने कसा होता कुणास ठाऊक? पण नक्की तो काळा नव्हता किंवा तांबडाही नसला पाहिजे. फार तर शेंदूरवर्णाचा असेल, पण आमच्या सोयीसाठी आम्ही आमच्या देवातही वर्णभेद माजवला आहे. नाशिकला तर 'गोरा राम' आहे आणि

'काळा राम'ही आहे. काळ्या रामाचे मंदिर तर फारच मोठे आणि प्राचीन, पण राम काळा नव्हता आणि गोरा तर नव्हताच नव्हता. 'सावळा गं रामचंद्र' ही गाण्यातली ओळ नुसती आठवली तरी राम हा 'दुर्वादलश्यामं' होता हे सर्वांना ठाऊक आहे, पण माणसाच्या सोयीसाठी बिचारा प्रभू रामचंद्र तरी काय करणार?

पुण्याला राहायला आल्यावर तर एक-एक विलक्षण गोष्टी ध्यानात आल्या. पुढे हे बोलून-चालून एकेकाळचे देवांचे आणि देवळांचेच गाव. एकेकाळी पुण्यात तर कुठलाही पत्ता हा देवाचा किंवा देवळाचा उल्लेख करूनच सांगितला जायचा. आता हा पत्ता हळूहळू पुसट व्हायला लागला आहे, कारण देवळांची संख्या कमी होत असावी किंवा त्यांचे माहात्म्य तरी कमी झाले असावे, पण ही नावे तरी धड असावीत. सोन्या मारुती हे नाव मी लहानपणीच सत्याग्रहामुळे ऐकले होते. (सोन्या मारुतीच्या सत्याग्रहामुळे पुण्यातील हिंदू समाज खडबडून जागा झाला होता आणि ब्रिटिशांच्या मुसलमानधार्जिण्या धोरणाची चीड सर्वत्र निर्माण झाली होती. जवळपास एक मशीद आहे म्हणून या मारुतीच्या देवळाची घंटा वाजवायची नाही असा सरकारने जुलमी कायदा केला होता. त्याची चीड आली म्हणून हा सत्याग्रह झाला होता.) असे हे ऐतिहासिक देऊळ फार मोठे आणि वैशिष्ट्यपूर्ण असेल ही माझी कल्पना. एका चौकातले एका कपाटाएवढे हे देऊळ, त्यातली मूर्ती ती केवढी आणि त्यातली ती घंटा ती केवढी, पण हा मारुती सर्वत्र गाजला. 'सोन्या' हे त्याचे नाव कसे पडले हे सांगणे मात्र कठीण. जवळच सोन्या-चांदीचा बाजार असलेली दुकाने आहेत. म्हणून तर त्याचे नाव सोन्या पडले नसेल? असेलही, कारण पुण्यात देवांना आणि देवळांना कशावरून नावे पडतील याचा काही भरवसा नाही. सदाशिव पेठेतील 'खुन्या मुरलीधर' हे नाव म्हणजे अगदी कळस आहे. या देवाजवळ एकेकाळी चाफेकर बंधूंपैकी एकाने, इंग्रजांना फितूर असलेल्या द्रवीड नावाच्या एकाला ठार मारले. तेथे खून झाला म्हणून देवाचे नाव 'खुन्या मुरलीधर' हा काय न्याय आहे? श्रीपाद कृष्ण कोल्हटकरांनी लिहिले आहे की, पुण्यात पहिल्यांदा मी खुन्या मुरलीधराच्या दर्शनाला गेलो तेव्हा बरोबर दोन हत्यारबंद शिपाई ठेवण्याची काळजी मी घेतली होती आणि छिनाल बालाजीच्या देवळात तर मी माझ्या कुटुंबाला अजिबात जाऊ दिले नाही.

देवांच्या या वैशिष्ट्यपूर्ण नावाबद्दल आता अलीकडे माहिती सांगणारी मंडळी फारशी भेटत नाही. परवाच एका म्हातारबुवांना मी विचारले, "का हो, तुम्ही नव्या विष्णूजवळ राहता ना?"

"होय. का? घरी यायचा विचार आहे का? या खुशाल, पण पावतीपुस्तक, वर्गणी वगैरे भानगड घेऊन येणार नाही ना?"

"नाही. तसले काही काम नाही. घरी यायचापण विचार नाही–" मी आश्वासन

दिले.

"हां मग हरकत नाही. नाही म्हणजे गणपतीउत्सव जवळ आलाय, म्हणून स्पष्ट विचारलं... हां मग सांगतो, नव्या विष्णूजवळच राहतो; पण ही चौकशी कशासाठी?"

म्हातारबुवा अगदी पक्के पुणेरी पेन्शनर दिसले, तेव्हा त्यांना नक्की माहीत असेल असे वाटले म्हणून मी प्रश्न केला, "नवा विष्णू आहे म्हणजे जुना विष्णू कुठेतरी असणारच."

"असणारच. हा 'नवा' झाला म्हणून तो 'जुना' झाला. उघडच आहे, पण तुम्ही कशासाठी विचारताय?"

"मग हा जुना विष्णू नेमका कुठाय? तुम्हाला माहीत आहे का?"

"नाही बुवा. कशाला असल्या रिकामटेकड्या चौकशा करतोय आम्ही. मी काय इतिहास संशोधक आहे?"

हा 'जुना विष्णू' नेमका कुठे आहे हे अजूनही मला माहीत नाही. आहे की नाही हेही माहीत नाही, पण पुण्यातली नावे ही अशीच. एवढा मोठा सामर्थ्यशाली बलदंड हनुमान! पण 'भिकारदास मारुती' म्हणून आम्ही त्याचे सामर्थ्य खच्ची करून टाकले आहे. 'तांबडी जोगेश्वरी' आणि 'पिवळी जोगेश्वरी' या देवता तर पुण्यात आहेतच, पण दाढीवाला दत्त हा काय प्रकार आहे हेही मला अजून उमगलेले नाही. दत्तात्रेयाला दाढी आहे असे कुठल्याही फोटोत मी अजून तरी पाहिलेले नाही. तेव्हा दत्ताला दाढी नसावी. मग दाढीवाला हे विशेषण कुणाचे? त्याच्या कुण्या दाढीवाल्या पुजाऱ्याचे की काय? काही पत्ता नाही. कुणी सांगणारेही भेटत नाहीत, पण नुसत्या नावावरून केवढा घोटाळा होतो. मंडईजवळ 'जिलब्या मारुती' आहे. मारुतीच्या देखरेखीखाली त्या ठिकाणी जिलब्या तळायचे काम चालू असावे अशी माझी बरेच दिवस कल्पना होती, पण प्रत्यक्षात तेथे मारुतीचे फक्त छोटे देऊळ आहे. जिलबीचा एक तुकडासुद्धा जवळपास कुठे दिसला नाही.

आता चांगली नावेही आहेत. 'दास मारुती' किंवा 'वीर मारुती' ही नावे ठीक आहेत. आपल्याला अशी चांगली नावे ठेवली याबद्दल ते मारुती तरी भक्तांना मनापासून धन्यवाद देत असतील, पण बाकीच्या देवमंडळींचे काय? 'भांग्या मारुती' म्हणजे काय? पुण्यात 'म्युनिसिपालटी' नावाची संस्था पूर्वी होती. या नगरपालिकेत कामकाज सुरू झाले की, पहिला ठराव कशाच्या तरी निमित्ताने तहकुबीचा यायचा आणि काम तहकूब व्हायचे. तेव्हा नगरपालिकेजवळच (म्हणजे आत्ताच्या विश्रामबागवाड्याजवळ) एक नवा मारुती स्थापन करावा आणि त्याचे नाव 'तहकुब्या मारुती' असे ठेवून शहराच्या नामसौंदर्यात भर घालावी अशी कळकळीची विनंती केली होती.

आता कंटाळून मी या देवांच्या नावाचा विचार करणे सोडून दिले आहे. नाहीतर

पासोड्या विठोबा आणि उपाशी विठोबा ही नावे आमच्या लाडक्या विठोबाला का दिली असावीत याचा काही पत्ता लागला असता. विठोबा काही पासोडी पांघरत नव्हता. घोंगडी म्हटले तर एकवेळ चालेल, कारण 'देवा तुझी घोंगडी चांगली' असा उल्लेख आहे, पण पासोडी हे काय प्रकरण आहे? सोन्या मारुतीच्या जवळ सोन्या-चांदीची दुकाने आहेत तशीच या विठोबाच्या शेजारी पासोड्याची दुकाने होती की काय? आणि उपाशी विठोबा ही काय भानगड आहे? देव कसा उपाशी राहील? कुठलाही भक्त त्याला उपाशी कसा ठेवील? कदाचित 'उपासे' आडनाव असलेल्या कुटुंबाचे ते देऊळ असेल आणि त्यावरून हे नाव असेल, पण देवांना कसली विशेषणे आपण लावतो आहोत याचा काही विचार?

–पण देवांच्या, देवळांच्या बदनामीची आम्हाला काही काळजी नाही एवढे खरे! माणसाची व्यंगे, उणिवा हुडकून आम्ही त्याची नावे ठेवणार तशीच देवांची आणि देवळांचीही नावे ठेवणार. नशीब आपले, अजून टरका म्हसोबा, हडकुळा मारुती, दातफुटका गणपती अशी नावे आम्हाला ऐकायला मिळत नाहीत.

जुनी गोष्ट आहे. काही वर्षांपूर्वी पुण्यातल्या गावातीलच एका जुन्या पेठेतील एका राम मंदिराजवळून मी चाललो होतो. रामनवमीचा आधीचा दिवस होता. म्हणजे चैत्र शुद्ध अष्टमी होती. त्या देवळाच्या बाहेर एक खाकी पुठ्ठ्याची पाटी लटकवलेली होती आणि वेड्यावाकड्या अक्षरात खडूने त्यावर पुढील मजकूर लिहिला होता.

"काही अपरिहार्य कारणामुळे उद्या रामजन्म होणार नाही!..."

आपल्या देवाची बदनामी किती करायची त्याला काही सुमार!...

□

प्रथम वर्गाचा प्रवास

रेल्वेच्या प्रथम वर्गातून प्रवास करणाऱ्या भाग्यशाली प्राण्यांबद्दल इतर प्रवाशांना फार कुतूहल वाटत असते. ही थोर मंडळी आपल्या आसनावर कशी आरामशीर बसलेली (बाहेरून) दिसतात. सामान्य माणसे बिचारी कोठे निदान डब्यात आत शिरायला तरी मिळते का या विचाराने घाबरलेली असतात. हातात पिशव्या, ट्रंक-वळकट्या घेऊन त्यांची फलाटावर धावपळ चाललेली असते. अशा वेळी ही पहिल्या वर्गातली मंडळी त्यांची धावपळ निर्विकार मुद्रेने खिडकीतून पाहत असतात. त्यांना कधीच कसलीच धावपळ करावी लागत नाही. उलट इतर प्रवाशांची धावपळ उडालेली असताना हे भाग्यवान पुरुष शांतपणे चहा पीत असतात किंवा एखादे मासिक, वर्तमानपत्र मोठ्या आनंदी मुद्रेने वाचीत बसलेले दिसतात. यांची आसनेसुद्धा कशी मऊसुत, वर बर्थवर एखादा प्रवासी बिनघोरपणे झोपलेला. यांचे सामान नीटनेटके लावलेले. एरवी इतर प्रवाशांना डाफरून बोलणारा कंडक्टर(टीसी) हा फर्स्टक्लास उतारूंशी मोठ्या अदबीने

बोलताना दिसतो. फार काय, त्यांच्या सुखसोयीसाठी 'अटेंडंट' नावाचा एक स्वतंत्र सेवक डब्यात दिमतीला दिलेला असतो. तो तुम्हाला चहा केव्हा पाहिजे, जेवण केव्हा मिळेल याची सगळी व्यवस्था तितक्याच अदबशीरपणे करताना दिसतो. तुम्ही-आम्ही गाडी थांबल्यावर स्टॉलकडे धाव घेऊन चहा कसा लवकर मिळेल याची विवंचना करीत असतो, पण यांच्यासाठी रेल्वेचे नोकर आपणहून डब्यात चहा-फराळाचे घेऊन येतात. वा! प्रथम वर्गातून प्रवास करण्यासारखे दुसरे सुख नाही! आपल्याला केव्हा बरे असा प्रवास करायला मिळेल?

पूर्वीच्या तिसऱ्या (म्हणजे आत्ताच्या दुसऱ्या) वर्गाने प्रवास करीत होतो तेव्हा मला खरोखरीच असेच वाटायचे. प्रथम वर्गातून प्रवास करणारी ही मंडळी खिडकीतून दिसत तेव्हा त्यांचा फारच हेवा वाटे. ही आपल्या जगातील माणसे नव्हेतच, यांचे जग अगदी वेगळेच आहे, ही खात्री पुन्हा एकदा त्यांच्याकडे पाहताना दृढ होई. त्यावेळचा आमचा प्रवास म्हणजे काय सांगायचा? आधी गाड्या खूप कमी. मेल आणि एक्सप्रेस नावाची गाडी ही आमच्यासाठी नाहीच, इथूनच सुरुवात. आमचा प्रवास म्हणजे पंढरपूर, कुर्डूवाडी, बार्शी लाईट रेल्वे आणि कुर्डूवाडीहून पुढे पुण्याला येताना दिवसाची किंवा रात्रीची पॅसेंजर. एखादा कुणी नातेवाईक मेलने किंवा एक्स्प्रेसने आला असे नुसते समजले तरी त्या महत्पुरुषाबद्दल आम्हाला कौतुक वाटायचे आणि आम्ही अत्यंत आदराने त्यांच्याकडे पाहायचो. पॅसेंजरमध्येसुद्धा जर आत घुसण्यासाठी धडपड करावी लागते तर मेल एक्स्प्रेसचे नाव कशाला? त्या काळी रात्रीच्या पॅसेंजरलासुद्धा अतोनात गर्दी असायची. रिझर्व्हेशन नावाची चीज बहुधा अस्तित्वातच नसावी. बसायला जागा मिळणे ही अत्यंत दुर्मिळ गोष्ट. वर सामान ठेवण्याच्या बर्थवर बसायला मिळाले तरी धन्यधन्य वाटायचे. एकदा तर मी तीन-चार तास एक पाय बाहेर आणि एक पाय शौचालयात, असा उभा राहून दिव्य प्रवास केला होता. चहा प्यायला किंवा काही खाण्याच्या वस्तू घ्यायला बाहेर पडणेही मुश्कील इतकी गर्दी दाराशीच असायची. शिवाय बाहेरून आत शिरणाऱ्यांचा लोंढा. त्यांची फळी फोडून बाहेर पाऊल टाकणेही केवळ अशक्य.

नाही म्हणायला मेलने प्रवास करण्याचा एक धाडसी प्रयत्न मी एकदा केला होता. कुर्डूवाडीला रात्री नऊच्या सुमारास ही मेल यायची. दारे आतून बोल्ट लावून बंद केलेली असायची. मग कुणाच्या तरी दाढीला हात लावून खिडकीतून आत सूर मारायचा, पण त्या दिवशी माझ्याजवळ एक ट्रंक होती. ही ट्रंक घेऊन आत शिरणे म्हणजे सर्कशीतील कसरतीचा एखादा छानसा प्रयोग करण्यासारखे होते. म्हणून ट्रंक आधी आत कोंबायची आणि त्यापाठोपाठ आपण आत सूर मारावा असा विचार केला. त्यावेळी खिडक्यांना गज नसत. खिडकीजवळच्या माणसाची थोडी अजीजी केली आणि ट्रंक आत रेटली, पण ज्या वेगाने मी ट्रंक आत ढकलली तिच्या दुप्पट

वेगाने ती बाहेर आली. आतून कुणीतरी ट्रंक बाहेर ढकलून देत होते. असा प्रयत्न पाच-सहा वेळा केला, पण काही जमले नाही. तेवढ्यात शिट्टी वाजली आणि गाडी हललीसुद्धा. पुढे दोन-तीन तास थांबून पुढच्या पॅसेंजरने कसाबसा रात्रभर जागरणासहित प्रवास करून सकाळच्या सुमारास मी पुण्याला पोहोचलो. संध्याकाळी एका नेहमीच्या मित्राकडे गप्पा मारायला गेलो तर तोही सकाळीच पुण्याला आलेला आणि मुख्य म्हणजे मेलने प्रवास करून. मेलने प्रवास केला म्हटल्यावर मला त्याच्याबद्दल फार कौतुक वाटले. तो लेकाचा नेहमीच मेलने प्रवास करायचा. अन् वर त्याचं कौतुक सांगायचा. मित्र म्हणाला, "अरे, प्रवास करावा तर मेलनं... अरे, मी सोलापूरहून आलो. सोलापूरला मिळवली मेलमध्ये कशीबशी जागा, पण रात्रभर उभं राहावं लागलं–"

"तरी काय झालं? मेलनं आलास ना?"

"हो बुवा!.., पण गर्दी फार. कुर्डूवाडीला तर फारच गर्दी. आम्ही दार बंदच करून घेतलं आतनं, पण तरी लोक घुसायला बघत होते. कुणीतरी एक दीडशहाणा खिडकीतून ट्रंक आत घुसवत होता. मी दिली ट्रंक ढकलून बाहेर जोरात. चार-पाच वेळा त्याने ट्रंक आत ढकलली अन् तितक्याच वेळा मीपण ती बाहेर ढकलून दिली. बसला असेल ठणाणा करीत बाहेर– ए, तू एकदा मेलनं प्रवास करच."

मित्राने रात्रीचा मेलचा अनुभव सांगितला. मी माझ्या कपाळाला हात लावला. काय बोलणार काय?

असा आमचा त्यावेळचा प्रवास असायचा. मग प्रथम वर्गातील मंडळींचा हेवा वाटेल नाहीतर काय होईल?

या सगळ्या अनुभवांना आता खूप वर्षं झाली. आता प्रथम वर्गाचा प्रवास अनेक वेळा होतो. फर्स्ट क्लासने प्रवास म्हणजे कसा आराम, अगदी आनंदीआनंद हे मात्र खरं नाही हे अनुभवाने आता पटले आहे. तो भ्रम केव्हाच नाहीसा झाला आहे.

फर्स्ट क्लासने प्रवास सुरू झाल्यावर पहिली गोष्ट लक्षात आली की, फर्स्ट क्लासच्या डब्यात सर्वच गोष्टी काही फर्स्ट क्लास नसतात. ते पुन्हा तुमच्या दैवावर अवलंबून असते. एखाद्या वेळीच डब्यातील साऱ्या गोष्टी जिथल्या तिथे असतील. प्रवासाला निघताना तुम्ही तुमचे आवश्यक ते सामान बॅगेत भरून घेताच. या सामानात एखादे फडके ठेवणे हेही आवश्यक असते, कारण तुमच्या डब्यात तुम्ही प्रवेश केल्यावर या प्रथम वर्गाच्या सगळ्या बर्थ्स आणि बसायच्या जागा या धुळीने भरलेल्या आहेत ही गोष्ट तुमच्या ताबडतोब ध्यानात येते. तुम्ही तसेच बसायचे ठरवले तर तुमचे उत्तम कपडे खराब होतात, कारण तुम्ही प्रथम वर्गाचे प्रवासी असल्यामुळे उत्तम कपडे घालून जाण्याची तुम्ही काळजी घेतलेली असते. दुसऱ्या वर्गात हा त्रास कधीच होत नाही, कारण तेथे धूळ असणारच हे तुम्ही आधीच गृहीत

धरलेले असते. त्यामुळे कपड्यांचा बंदोबस्तही तुम्ही तसाच केलेला असतो. प्रथम वर्गाच्या रात्रीच्या प्रवासात तर आणखी हाल असतात. रात्रीच्या प्रवासाला तिकिटाबरोबर रिझर्व्हेशन लागते, तरच तुम्हाला त्या डब्यात चढता येते. एरवी कंडक्टर तुम्हाला तिकीट असूनही डब्यात पाय ठेवू देत नाही. त्या तिकिटाचा उपयोग शून्य असतो. दुसऱ्या वर्गात निदान तुम्ही डब्यात तरी येऊ शकता. मग बसायला जागा मिळो न मिळो! पण आत शिरायला रेल्वेचे सेवक तुम्हाला अडथळा करीत नाहीत, पण प्रथम वर्गाला ही भानगड नाही. रिझर्व्हेशन असेल तरच आत चढा. नाहीतर बसा घरी. अर्थात कंडक्टर नामक प्राण्याला मुलेबाळे, संसार इत्यादी आपल्यासारखाच असतो. त्याच्या प्रपंचाची काळजी घ्यायचे आपण मान्य केले म्हणजे एखाद्या वेळी आपल्याला प्रवेश मिळतो, पण हे दरवेळी जमेलच असे नाही.

एकदा मी खानदेशातील एका महाविद्यालयाच्या स्नेहसंमेलनाला गेलो होतो. परतीचे माझे प्रथम वर्गाचे रिझर्व्हेशन पाहिजे असे मी त्यांना व्यवस्थित कळवले होते. तेथे पोहोचल्यावर मी पहिली चौकशी केली, ''परतीचं रिझर्व्हेशन झालं आहे ना?''

संबंधित प्राध्यापक म्हणाले, ''हो हो, करूनच ठेवलं आहे.''

''प्रथम वर्गाचं?''

''हो. फर्स्टक्लासचंच तिकीट काढलं आहे.''

मी निश्चिंत झालो. कार्यक्रम संपल्यावर हे प्राध्यापक मला पोहोचवायला त्या गावाहून जळगाव स्टेशनवर आले. गाडी यायची वेळ झालीच होती. त्यांनी फर्स्ट क्लासचे एक तिकीट माझ्या हातावर ठेवले.

''हे तिकीट तुमचं. जळगाव ते पुणे.''

''अन् रिझर्व्हेशन?''

''कसलं रिझर्व्हेशन?'' ते प्राध्यापक म्हणाले.

''अहो, हे तिकीट झालं. रिझर्व्हेशन तिकीट एक वेगळं देतात. ते असेल तर डब्यात प्रवेश मिळेल. नाहीतर रात्रीच्या वेळी कंडक्टर आत येऊसुद्धा देणार नाही. या तिकिटाचा काही उपयोग नाही.''

ते प्राध्यापक आणखीनच भांबावले. मान खाली घालून ते पुटपुटले. ''हे मला माहीत नव्हतं. मला वाटलं रिझर्व्हेशन म्हणजे आधीच तिकीट काढून ठेवायचं. मी फक्त तिकीट काढलं.''

मी कपाळावर हात मारून घेतला.

गाडी आली. अपेक्षेप्रमाणे घडले. कंडक्टरने 'जगह नही है' म्हणून मख्ख चेहऱ्याने सांगितले. शेवटी पुन्हा धावपळ करून दुसऱ्या वर्गाच्या एका डब्यात शिरून सुस्कारा सोडला. रात्रभर जागरण करून आणि धक्केबुक्के खात कसाबसा

सकाळी पुण्याला येऊन पोहोचलो. त्या सज्जन प्राध्यापकाला रिझर्व्हेशन नावाच्या प्रकाराची काहीच माहिती नव्हती. बिचारा सुखी होता. त्याने अजून कधी प्रथम वर्गाचा प्रवास केलाच नव्हता, तो तरी काय करणार?

प्रथम वर्गाच्या डब्यात 'कंपार्टमेंट्स' नावाचे छोटे छोटे कप्पे असतात. या कप्प्यात चार-चार प्रवाशांची रात्रीची झोपण्याची व्यवस्था केलेली असते. दिवसा या कंपार्टमेंटमध्ये कितीही मंडळी बसू शकतात. आपल्याला आरामशीर प्रवास करायला मिळेल ही आपली आशा पार धुळीला मिळते. दिवसभर मंडळी येत असतात आणि आपण अंग चोरून कशीबशी आपली जागा सांभाळून बसलेलो असतो. बरे, रात्री नीट झोप मिळेल ही आपली कल्पनाही खोटीच असते. आधी तुम्हाला लवकर झोप लागत नाही. इतर प्रवाशांच्या गप्पा-गोष्टी चालू असतात. एखादा पुस्तक वाचीत असतो आणि त्यासाठी दिवा चालू ठेवणे त्याला आवश्यक वाटत असते. या दिव्याचा उजेड नेमका आपल्या तोंडावर अर्थातच येत असतो आणि तुमचा झोपण्याचा खटाटोप यशस्वी होत नाही. एखादा भाग्यवान प्राणी मात्र ताबडतोब झोपी जातो, पण तो पुष्कळदा घोरतो. त्यामुळे आपली झोप उडते. मधेच कंडक्टर येऊन तुमची तिकिटे तपासून जातो. तो आला नाही तरी एखाद्या प्रवाशाला मधेच कुठेतरी उतरायचे असते. तुम्हाला साधारणपणे झोप लागणार अशा वेळी नेमके डब्यातले सगळे दिवे लागतात. तो उतारू आपली आवराआवर करतो आणि आपली बॅग, सामान घेऊन निघून जातो. अशा वेळी आपण जागे असणे फार आवश्यक असते, कारण तो कदाचित तुमचीच बॅग नेण्याचा संभव असतो. म्हणून आपल्या सामानाच्या बचावासाठी कुठेही काहीही घडामोड कंपार्टमेंटमध्ये घडली तरी आपण जागे पाहिजे. एखादी बर्थ रिकामी राहिलीच तर मध्यरात्री दयाळू कंडक्टर कुणातरी गरजू प्रवाशाला आत घेतो आणि त्याला ती बर्थ देतो. त्यामुळे पुन्हा कंपार्टमेंटमध्ये लख्ख प्रकाश, बॅगांची ओढाओढ, कपडे बदलण्याचा प्रेक्षणीय प्रयोग आणि पुन्हा अंधार. एखादा वयस्कर उतारू सबंध रात्रीच्या प्रवासात दोन-तीनदा तरी उठतो आणि नैसर्गिक कारणासाठी बाहेर जातो. त्यामुळे पुन्हा दार उघडणे आणि दार लावणे हे प्रकार. या सर्व गोंधळातही ज्यांना गाढ झोप लागते ते धन्य होत!...

सकाळी चहा आणि नाश्ता आणि दुपारी जेवण इत्यादी सगळ्या गोष्टींची नोंद रेल्वेचे सेवक तत्परतेने करतात आणि वेळेवर हे सगळे येणार अशा गोड समजुतीत आपण असतो, पण हाही भ्रमाचा भोपळा काही वेळा फुटतो. मागवलेले हे साहित्य प्रत्येक वेळी मिळतेच असे नाही. कधीकधी ते इतरांना मिळते, पण आपल्याला फक्त मिळत नाही. रेल्वेच्या कँटीनच्या माणसाने काहीतरी घोटाळा करून ठेवलेलाच असतो. तुम्ही कॉफी सांगितलेली असली तर, बाकीच्यांना चहा येतो, फक्त तुमची

कॉफी तेवढी तुम्हाला मिळत नाही. एकदा तर दिल्लीहून परत पुण्याकडे येताना आम्ही जेवण सांगितले होते. अमुक एका स्टेशनवर ते मिळेल अशी माहिती आम्हाला तत्परतेने देण्यात आली होती. त्या स्टेशनवर गाडी येऊन थांबली. बराच वेळ झाला तरी जेवणाची ताटे आलीच नाहीत. गाडी सुटायची वेळ झाली तरी जेवण मिळण्याचा संभव दिसेना. आमच्या पोटात कावळे ओरडत होते. मी धावत-पळत कंडक्टरला गाठले तेव्हा तो दिलगिरीपूर्वक म्हणाला, ''क्या करना हुजूर? हमने ऑर्डर तो दे दी थी। लेकिन ये कँटीनवाले लोग बडे हरामजादे है। ऑर्डर मिलीही नही बोलते, मै क्या करू हुजूर?''

हुजूर याच्यावर काय बोलणार? प्रथम वर्गाने प्रवास करणाऱ्या सर्व हुजूरस्वाऱ्या त्या दिवशी दिवसभर उपाशीच होत्या. पुढे कुठलेतरी मोठे स्टेशन आल्यावर स्टॉलकडे धाव घेऊन हुजुरातीच्या या सैन्याने आपली भूक कशीबशी भजी, बटाटेवडे, पुरीभाजी यावर भागवून घेतली.

तेव्हा प्रथमवर्गाच्या प्रवासाचे सुख आता आणखी काय सांगावे? शक्य असेल तर प्रथम वर्गाचा प्रवास टाळा हाच माझा सर्व जनतेला संदेश आहे. शक्यतो दुसऱ्या वर्गाने प्रवास करा. दुसऱ्या वर्गाच्या प्रवासात आपल्याला काहीच त्रास होत नाही. कारण जे जे तेथे घडते ते सगळे अपरिहार्यच होते अशी जाणीव प्रवासाला निघण्यापूर्वीच आपल्याला असते. त्यामुळे कोणत्याही अडीअडचणीला तोंड द्यायला आपण सज्ज असतो, नाही का?

□

कायमची कटकट

'फोन' या गोष्टीबद्दल लहानपणी केवढे कुतूहल होते म्हणता! कुठेतरी लांब असणाऱ्या, न दिसणाऱ्या माणसाशी आपण बोलतो आहोत ही कल्पनाच फार रोमांचकारक वाटायची. आमच्या गावात तर 'टेलिफोन' ही वस्तू डोळ्याला न दिसणारीच! कुठेतरी एखाद्या सरकारी ऑफिसात, पोलीसचौकीवर फोन असायचा. माझे एक नातेवाईक पोलीस होते. त्यांची स्वत:ची सायकल होती. त्यावेळी सायकलवर बसायला मिळणे हीही गोष्ट दुर्मिळ होती. त्यांनी एकदा मी हट्ट धरला म्हणून मला सायकलवर बसवून चौकीत नेले. तेथे फोनचे नळकांडे दिसल्यावर तर माझा आनंद कुठेच मावेना. मी पुन्हा हट्ट धरला आणि मला फोनवर बोलायचे आहे म्हणून पिरपिर सुरू केली. शेवटी आमच्या त्या नातेवाईक पोलिसाने कुणाला तरी फोन करून (बहुधा दुसऱ्या पोलीसचौकीला) या मुलाशी दोन मिनिटे बोला म्हणून सांगितले आणि ते नळकांडे माझ्या हातात दिले. तो लांबचा अज्ञात आवाज माझ्या कानात घुमला– 'काय रे

पोरा, नाव काय तुझं?' आणि माझी दातखिळीच बसली. मी कसेबसे माझे नाव सांगितले, आणखी एका प्रश्नाचे उत्तर दिले. पुढे काय बोलायचे ते मलाही ठाऊक नव्हते. घाईघाईने मी ते नळकांडे हूकला अडकवले आणि सुटकेचा नि:श्वास सोडला, पण तरीसुद्धा आपण कुणाशी तरी फोनवर बोललो हा आनंद अवर्णनीय होता. तो पुढे कितीतरी दिवस मला पुरला.

मोठेपणी फोनचे हे कौतुक नाहीसे होणे स्वाभाविक होते. नळकांड्यापासून नुसती क्रमांकाची बटणे दाबण्यापर्यंत अनेक स्थित्यंतरे फोन या विषयात मी पाहिली, पण हे सगळे दुसऱ्या कुणाच्या तरी फोनवर चाले. माझा स्वत:चा फोन नव्हता. त्यामुळे ज्यांच्याकडे फोन आहे त्यांचा मला नेहमीच हेवा वाटे. आपल्यालाही हक्काचा एक फोन घरी असावा अशी एक जबरदस्त महत्त्वाकांक्षा नेहमीच माझ्या मनात आतल्या आत मला छळीत असे. अशा अनेक महत्त्वाकांक्षा त्या काळात माझ्या मनात निर्माण होत असत. आपल्याला एक लोकरीची पँट असावी आणि रेशमी शर्टसुद्धा आपल्याला शिवता आला पाहिजे अशा आकांक्षेने माझे डोके तेव्हा भणभणत असे. (त्या काळात मी चाळीत- दोन खोल्यांत राहत होतो. अगदी सपत्नीक. तेव्हा तर कुठल्या तरी बंगल्याच्या दोन खोल्या आपल्याला भाड्याने मिळाव्यात आणि स्वतंत्र संडास आणि स्वतंत्र न्हाणीघर मिळाले तर काय मजा येईल असेही अद्भुत विचार माझ्या मनात येऊन जायचे. माणसाच्या महत्त्वाकांक्षेला अंत नाही हेच खरे!) अशा त्या काळात पुढे थोडासा बदल झाला ही गोष्ट खरी. मला बंगल्यातल्या दोन खोल्याही मिळाल्या अन् नवल म्हणजे स्वतंत्र न्हाणीघर आणि स्वतंत्र संडास या केवळ स्वप्नातच असलेल्या गोष्टीही मिळाल्या, पण फोन कसा मिळणार?

फोन ही चीज आपल्या नशिबात नाही अशी बरेच दिवस माझी खात्रीच होती. त्यामुळे गगनाला गवसणी घालण्याचा प्रयत्न मी कित्येक वर्षे केलाच नाही. पुढे पुढे फोनसाठी अर्ज करण्यापर्यंत मी मजल मारली. त्यासाठी लागणारी ठेवही भरली. माझे हे धाडस अर्थातच फार मोठे होते. दर दोन-तीन महिन्यांनी फोनचे भरावे लागणारे भाडे हे माझ्या त्यावेळच्या मास्तरकीच्या पगारात मुळीच बसण्यासारखे नव्हते. मी उगाचच आपले वेड्यासारखे ते धाडस केले होते, पण एकच गोष्ट चांगली होती. आपली सरकारी खाती आपल्या कुठल्याच धाडसाची दखल घेत नाहीत. टेलिफोन खातेही सुदैवाने याच परंपरेतले. त्यामुळे कित्येक वर्षे माझ्या अर्जाला त्यांनी कसलीच दाद दिली नाही. त्यामुळे माझ्या मनावर सुरुवातीला जो ताण होता– फोन मिळालाच धाडकन् तर काय करायचं? तो ताण हळूहळू नाहीसा झाला. पुढे पुढे तर आपण फोनसाठी अर्ज करून ठेवला आहे ही गोष्ट मी विसरूनही गेलो.

अहो, या गोष्टीला बरीच वर्षे लोटली. माझे तसे छान आनंदात सगळे चालले होते. कुठे कसलीच कमतरता नव्हती. संसार वाढत होता, मुलेबाळे झाली होती. पगारही बरा झाला होता. अन् एके दिवशी एकदम आभाळातून वीज कडकडत यावी तसा एक सरकारी लखोटा आला. 'तुमचा फोन मंजूर झाला आहे' असे त्यात म्हटले होते.

आता काय करणार? फोन घ्यावाच लागला. रीतसर सगळ्या गोष्टी होऊन तो घरात येऊन दाखल झाला. इतकेच नव्हे तर त्यातून संभाषणही करता येऊ लागले. खरे सांगायचे म्हणजे मला फोन मिळाल्याचा आनंद झालाच होता! माझी कित्येक वर्षांची महत्त्वाकांक्षा पूर्ण झाली होती. लोकरीची पँट, रेशमी शर्ट, स्वत:ची सायकल या अशक्य वाटणाऱ्या आकांक्षाही दरम्यानच्या काळात मी पूर्ण केल्या होत्या. फोनचीच एक कमतरता होती. तीही गोष्ट तडीस गेल्यामुळे आपले इप्सित साध्य झाल्यावर जे जे समाधान पराक्रमी पुरुषाला वाटते ते मला मिळाले होते. त्यामुळे फोन मिळाल्याचा आनंद बरेच दिवस टिकला.

पण कुठलाही आनंद हा क्षणभंगुर असतो आणि कटकटी नावाचा प्रकार हाच शाश्वत असतो हे सत्य मला लवकरच उमगले. पहिलेच बिल आले ते काही हजार रुपयांचे. मला तोपर्यंत चक्कर येणे म्हणजे काय हे अजिबात ठाऊक नव्हते, पण ते बिल पाहिल्यावर मात्र माझे डोके गरगरले आणि मग बराच वेळ भोवताली काय चालले आहे हे मुळीच समजले नाही.

नंतर मी खात्याकडे तक्रार केली.

"मी नुकताच फोन घेतलेला आहे, एवढं बिल येण्याचं काहीच कारण नाही."

त्यावर सरकारी उत्तर आलं, "आधी बिल भरून टाका, मग तुमच्या तक्रारीची चौकशी सावकाश करू."

आधी बिल भरणे ही गोष्ट शक्यच नव्हती. तसे करायचे म्हटले तर माझा तीन-चार महिन्यांचा पगार संपूर्णपणे गेलाच असता आणि तीन-चार महिने मला अन्नछत्रात जेवूनच काढावे लागले असते. म्हणून मी सरकारी ऑफिसात स्वत: जातीने जाण्याचे धाडस केले आणि स्वत: तक्रार केली. सुदैवाने एक सरकारी अधिकारी फार दयाळू भेटले. त्यांनी माझ्या तक्रारीत जातीने लक्ष घातले आणि मला शेवटी न्याय मिळाला.

ही पहिली कटकट. त्यानंतर कटकटींची एक मालिकाच सुरू झाली.

'रॉंग नंबर' नावाचा प्रकार तोपर्यंत फक्त ऐकिवात होता. पुढे त्याचे प्रतिदिनी अनुभव येण्यास प्रारंभ झाला. रोज कमीत कमी चार-पाच तरी रॉंग नंबर लागलेच पाहिजेत असा माझ्या टेलिफोनचा नियम आहे. त्याशिवाय त्याला बरेच वाटत नाही. कधी मी लावलेला क्रमांक चुकीचा निघतो, तर कधी बाहेरून आलेले फोन चुकीचे

असतात. आपण लावलेला फोन चुकीचा आहे ही गोष्ट त्या बाहेरच्या माणसाला समजावून सांगणे यात बराच वेळ जातो आणि डोके फिरून जाते.

एकदा अशीच फोनची घंटा वाजली. मी फोन उचलला. एकदम एक लाडिक आवाज आला.

''हॅलो फर्नांडिस...''

''फर्नांडिस?... बाई हा फर्नांडिसचा फोन नाही. रॉंग नंबर आहे.''

फोन बंद झाला आणि पुन्हा वाजला. मी पुन्हा उचलला.

''हॅलो फर्नांडिस...'' तोच लाडिक आवाज.

''बाई, मी फर्नांडिस नाही. मघाशीच तुम्हाला सांगितले ना?''

''असं कसं होईल. आता मी बरोबर लावला आहे.''

''सांगितले ना रॉंग नंबर...'' मी पुन्हा फोन बंद केला.

पुन्हा घंटा वाजली. दुसऱ्या कोणाचा तरी असेल म्हणून मी तत्परतेने उचलला.

''फर्नांडिस... मी लीली बोलतेय...''

आता मात्र मी जाम वैतागलो. ओरडून सांगितले, ''अहो बाई, तुमचा फर्नांडिस मी नाही.''

''नो नो, तूच आहेस. माझी चेष्टा करतोयस काय? इतका रागावलास का माझ्यावर? आय ॲम रिअली सॉरी! तू माझ्याशी नीट बोलेपर्यंत मी सारखा फोन करणार तुला!''

यावेळी मात्र मी फोन बंद केला नाही. रिसिव्हर काळजीपूर्वक बाजूला ठेवून दिला आणि कशीबशी त्या लीलीच्या संकटातून सुटका करून घेतली. फोन ही सोय नसून गैरसोय आहे ही गोष्ट त्यावेळी पहिल्यांदाच माझ्या लक्षात आली.

अहो, चुकीचा क्रमांक लागल्यावर निदान सभ्यतेने चूक सांगावी का नाही, पण तोही शिष्टाचार लोक पाळत नाहीत. एकदा असाच मी महत्त्वाच्या कामासाठी एका सद्‌गृहस्थांना फोन केला.

''हॅलो, कुलकर्णी साहेब का?''

यावर उत्तर म्हणून गुरगुरल्यासारखा आवाज आला.

''इथं कुणीही कुलकर्णी नाही अन् साहेबही नाही.''

''मग कोण बोलताहात आपण?''

''तुमचा बाप'' मग मलाही चीड आली.

''अरे वा! अण्णा, तुम्ही बोलताय? तुम्ही स्वर्गातनं केव्हा खाली आलात? बरं झालं तुम्ही भेटलात. आता डोकं ताळ्यावर आलंय ना तुमचं?''

तिकडून त्या आमच्या तीर्थरुपांनी धाडकन फोन बंद केला.

रॉंग नंबर म्हटल्यावर फोनवर अशी तिरसट आणि तऱ्हेवाईक माणसे भेटतात

की काही विचारू नका. एकदा पाडव्याच्या दिवशी सुप्रभाती मी एका मित्राला सहज फोन केला. फोन उचलल्यावर मी म्हणालो, ‘‘मित्रा, नववर्षाच्या शुभेच्छा!’’

त्याबरोबर पलीकडून रागावलेला आवाज आला, ‘‘रॉंग नंबर!’’

आणि धाडकन फोन बंद झाला.

या ‘रॉंग नंबर’वरून सहज आठवण झाली.

आमचे एक सज्जन स्नेही प्रकाशन व्यवसायात, सिनेमाधंद्यात होते. त्यात ते साफ बुडाले. लोकांनीही त्यांना बुडव बुडव बुडवले. कुणाचेही दिलेले पैसे परत मिळणार नाहीत याची त्यांना खात्रीच पटली होती. एकदा सकाळीच त्यांना कुणाचा तरी फोन आला.

‘‘काकासाहेब बोलताहेत का?’’

‘‘हो, मीच बोलतोय. काय काम आहे?’’

‘‘तुमचे पैसे मी मागे घेतले होते ना? पाच हजार? ते मी परत करायला येतो. कसे देऊ? चेक दिला तर चालेल का रोखच देऊ?’’

‘‘माझे पैसे परत करणार आहात?... नाही. मग काहीतरी घोटाळा आहे. रॉंग नंबर.’’

असे म्हणून आमच्या त्या सज्जन स्नेह्याने शांतपणे फोन खाली ठेवून दिला.

माझे एक बलवत्तर नशीब असे आहे की, मी दुसऱ्या मजल्यावर राहतो. त्यामुळे सहज फोन करायला म्हणून कुणी फारसे येत नाही. नाहीतर आपल्याकडे फोन आला आहे ही वार्ता शेजाऱ्यांच्या दृष्टीने अत्यंत आनंदाची असते, कारण त्यांचे नातेवाईक आणि मित्र लांब राहत असतात आणि त्यांचे फोन येणे आणि त्यांनी त्यांना फोन करणे या गोष्टी फार महत्त्वाच्या असतात. त्यासाठी स्वयंसेवक वृत्तीने आपण काम करणे ही गोष्ट त्यांना अपेक्षित असते. माझा एक फोनवाला मित्र तळमजल्यावर राहतो. तो या फोन प्रकरणामुळे पार पिसाळून गेला आहे. एकदा तर मध्यरात्री फोन आला–

‘‘अहो, तुमच्या शेजारी ते गोखले राहतात ना, त्यांना जरा फोनवर बोलवता का?’’

‘‘कोणता गोखले? आमच्या घराजवळ दोन-तीन गोखले राहतात.’’

‘‘ते हो– जरा बुटके अन् तिरळे आहेत बघा. त्यांना बोलवा ना प्लीज...’’

‘‘ते टरके गोखले येथून अर्ध्या फर्लांगावर राहतात. त्यांना कोण बोलवायला जाणार?’’

‘‘प्लीज बोलवा ना. अहो उद्या सकाळी नाटक आहे बालगंधर्वला!’’

‘‘बरं मग?’’

‘‘ते पुढं जाऊन तिकीटं काढतील का एवढं विचारायचं होतं.’’

"उद्या दुपारी मी घराबाहेर पडणार आहे त्यावेळी तुमचा निरोप त्यांना सांगतो."

असे म्हणून आमच्या मित्राने फोन बंद केला.

ओळखीची काही मंडळी नको तितका वेळ फोनवर बोलत राहतात आणि आपले डोके पिसाळून टाकतात. त्यांचे बोलणे कसे थांबवावे हा प्रश्न मला अजून सोडवता आलेला नाही. एकदम फोन बंद करणे हाच त्यावरचा शहाणपणाचा उपाय आहे असे माझ्या एका वैतागलेल्या मित्राचे सांगणे आहे. 'अरे फोन मधीच तुटला वाटतं' अशी सारवासारव नंतर करता येते, पण तरी हा उपाय अगदी रामबाण आहे याची खात्री नाही, कारण ही मंडळी पुन्हा फोन करून आपले अपूर्ण राहिलेले बोलणे पुढे सुरू करतात. माझ्या एका मित्राच्या बायकोला फोनवर अर्धा अर्धा तास बोलायची सवय आहे. त्याच्याआधी ती फोन खाली ठेवतच नाही. एकदा त्या दोघाही नवरा-बायकोला बाहेर कुठल्यातरी समारंभाला जायचे होते. नट्टापट्टा, वेशभूषा करून दोघेही तयार झाले. मुख्यत: बाईसाहेब तयार झाल्या. आता घराबाहेर पडणार तेवढ्यात फोन वाजला. बाईसाहेब लगबगीने आत वळल्या. त्यांनी फोन हातात घेतला.

आमच्या मित्राने पाहिले. आता अर्धा तास निश्चिंती म्हणून तो शांतपणे खुर्चीत बसला. डोळे मिटले. पाच मिनिटे झाली.

तेवढ्यात बाईसाहेब लगबगीने बाहेर आल्या. घाईघाईने म्हणाल्या, "अहो, बसलाय काय लगेच? चला ना आपल्याला लवकर जायचंय."

मित्र आश्चर्याने म्हणाला, "कमाल आहे. फक्त पाच-सहाच मिनिटं झालीत. एवढ्यात फोनवरचं बोलणं सपलं तुझं?"

बायको हसून म्हणाली, "अहो, रॉंग नंबर होता तो."

तर सारांश काय, फोन ही एक नित्याची कटकट आहे. सरकारी खाते असल्यामुळे एकच चांगली गोष्ट असते. फोन अधूनमधून 'मृत' होतो. एकदम बंदच पडतो. त्यावेळी मात्र घरात शांतता असते. आपला त्रास तेवढाच कमी होतो. एरवी 'आमच्या भाळी कटकट लिहिली सदैव फोन घेण्याची' असेच मी मनाशी म्हणत असतो.

□